கோபுரத்தின் நிழல்கள்

பூர்ணிமா மகாதேவன்

கோபுரத்தின் நிழல்கள்

வெளியீடு: Living Words
(Poorni's Artistry-யின் வெளியீட்டு முத்திரை)
https://poornisartistry.com

முதற்பதிப்பு: பிப்ரவரி 2026

ஆசிரியர்: பூர்ணிமா மகாதேவன்

ஆசிரியர் இணையதளம்: https://poornimamagadevan.com

ISBN: 978-1-971998-02-2

அட்டைப்பட வடிவமைப்பு: Poorni's Artistry
உள்வடிவமைப்பு: பூர்ணிமா மகாதேவன்

பொறுப்புத் துறப்பு:

சமர்ப்பணம்

என்னுள் உறங்கிக் கிடந்த சொற்களைக் கண்டறிந்து, நான் ஒரு எழுத்தாளராக வேண்டும் என்று என்னைக் காட்டிலும் அதிகமாக ஆசைப்பட்டவர்.

எனது எழுத்துப் பயணத்தின் முதல் அடியை ஊக்கப்படுத்திய

என் அன்புத் தந்தைக்கு...

முன்னுரை

அன்பு வாசகர்களுக்கு வணக்கம்,

இந்த நிமிடம் என் கையில் இந்தப் புத்தகம் இருப்பதும், உங்கள் கையில் இது தவழ்வதும் எனக்கே ஒரு ஆச்சரியமான விஷயம் தான்.

சிறு வயது முதலே எழுத வேண்டும் என்பது என் தீராத ஆசையாக இருந்திருக்கிறது. இணையத்திலும், பிளாக்குகளிலும் அவ்வப்போது என் எண்ணங்களை நான் பகிர்ந்து வந்திருக்கிறேன். ஆனால், மின்னல் வேகத்தில் கடந்து செல்லும் ஆன்லைன் பதிவுகளுக்கும், காலத்தை வென்று நிற்க வேண்டிய ஒரு முழுமையான நாவலுக்கும் இடையே ஒரு மாபெரும் மலை இருக்கிறது. சிதறிக் கிடக்கும் எண்ணங்களை ஒரு நேர்க்கோட்டில் கோர்த்து, ஒரு நாவலை முழுமையாக எழுதி முடிப்பது என்பது ஒரு மிகப்பெரிய பொறுப்பு.

அமெரிக்காவில் ஒரு தொழில்நுட்ப வல்லுனராக எண்களோடும் குறியீடுகளோடும், குழந்தைகளோடும் என் வாழ்க்கை பரபரப்பாக நகர்ந்து கொண்டிருந்தபோது, எழுத்தின் மீதான அந்தப் பொறுப்புணர்வு தந்த தயக்கமே ஒவ்வொரு முறையும் என்னைத் தடுத்தது. அந்தத் தருணங்களில் எல்லாம், என் முதுகில் தட்டிக்கொடுத்து என்னை ஊக்குவித்தவர் என்

தந்தை. அவரது நம்பிக்கைதான் இன்று ஒரு ஆன்லைன் எழுத்தாளராக இருந்த என்னை, ஒரு நாவல் ஆசிரியராக உங்கள் முன் நிறுத்தியிருக்கிறது.

'கோபுரத்தின் நிழல்கள்' - இது ஒரு கற்பனைக் கிராமத்தைப் பற்றிய கதை மட்டுமல்ல; நம் மண்ணின் வேர்களுக்கும் நவீன அறிவியலுக்கும் இடையே இருக்கும் ஒரு மெல்லிய பிணைப்பு. பழங்காலக் கோவில்களின் ரகசியங்களும், நவீனத் தொழில்நுட்பத்தின் வேகமும் ஒரே புள்ளியில் சந்தித்தால் என்னவாகும் என்ற தேடல்தான் இந்த நாவல்.

எனது முதல் நாவலான இதைப் படிக்கும்போது, நீங்களும் அமுதப்பட்டி கிராமத்தின் தெருக்களில் அருணுடன் சேர்ந்து பயணிப்பீர்கள் என்று நம்புகிறேன்.

வாருங்கள்,

கோபுரத்தின் நிழலுக்குள் நுழைவோம்...

அன்புடன்,

பூர்ணிமா மகாதேவன்

பொருளடக்கம்

1 நிலப்படித் தயக்கம்

"அமுதப்பட்டி... எல்லாம் இறங்கிக்கோங்க!" - கண்டக்டரின் கரகரப்பான சத்தம் அந்த மதிய நேரத்து அமைதியைக் கலைத்தது. அருண் தனது சின்னப் பெட்டியையும், லேப்டாப் பேக்கையும் கெட்டியாகப் பிடித்துக் கொண்டு கீழே இறங்கினான்.

அவனது விலையுயர்ந்த 'அமெரிக்க சூட்கேஸ்' அந்த மண்ணின் புழுதியை வாரியணைத்துக் கொண்டது. சக்கரங்கள் மண்ணில் ஒருவித முனகலுடன் உருள, தன்னுடன் இறங்கிய சக பயணிகளை ஒருவித மௌனமான தேடலுடன் நோட்டம் விட்டான்.

தனக்குப் பரிச்சயமான முகம் ஏதேனும் தெரிகிறதா என்று அவன் கண்கள் துழாவின. பின், தனக்குள்ளேயே ஒரு கசப்பான புன்னகையை உதிர்த்துக் கொண்டான். என்றோ சிறு வயதில் தாத்தா வீட்டிற்கு வந்து விளையாடிய அந்தச் சிறுவனின் முகம், இப்போது இருப்பவர் களுக்கு எப்படி ஞாபகம் இருக்கும்? ஒரு சலிப்பான பெருமூச்சுடன் தனது நடையைத் துவங்கினான். இப்படி ஒரு நிலையில் தான் அமுதப் பட்டியில்

இருப்போம் என எவரேனும் ஒரு வருடத்திற்கு முன்னால் கூறி இருந்தால், அந்த 'டெக்கி' அருண் சிரித்திருப்பான். ஏன், அவனைப் பார்த்து எவருக்கும் அப்படி ஒரு எண்ணம் வருமா என்பதே சந்தேகம் தான். ஆனால் காலம் அவனுக்கு வேறு ஒரு திட்டத்தை வைத்திருந்தது.

பஸ் ஸ்டாண்டிலிருந்து அந்தத் தெருவிற்குச் செல்ல அரை மைல் நடக்க வேண்டும். சரளைக் கற்களில் பட்டு சூட்கேஸின் சக்கரங்கள் 'தடதட'வென எழுப்பிய சத்தம், அந்த அமைதியான மதிய வேளையில் ஒரு பெரும் இரைச்சலாக அவனுக்குத் தோன்றியது. தெருவோரத் திண்ணைகளில் அமர்ந்திருந்த பெரியவர்கள் சிலர், செய்தித்தாளின் மேலால் கண்களை உயர்த்தி இவனை ஒரு விசித்திரப் பிறவியைப் போலப் பார்த்தனர். அந்தத் தெருவின் இறுதியில், பாசி படிந்த அந்தப் பழங்காலத்து மதில் சுவர் அருணை வரவேற்றது.

நடக்க நடக்க, அந்தக் கரடுமுரடான பாதை அவனுக்குப் பழைய நினைவு களைப் புரட்டிப் போட்டது. இதே பாதையில் தான் தாத்தாவின் விரலைப் பிடித்துக் கொண்டு அவன் எத்தனை முறை நடந்திருப்பான்? "அருண்... மெதுவா நடடா, கல் தடுக்கிடப் போகுது!" என்று அதட்டும் அந்த

கரகரப்பான அன்பான குரல் இன்னும் அவன் காதுகளில் ஒலிப்பது போலவே இருந்தது. அந்தச் சமயங்களில் தாத்தா வெறும் தாத்தாவாகத் தெரியவில்லை; அந்த ஊரின் கதைகளையும், ரகசியங்க ளையும் பொக்கிஷமாக வைத்திருக்கும் ஒரு மந்திர வாதியாகவே அவனுக்குத் தோன்றினார். கோயில் கோபுரத்தைப் பார்க்கும் போதெல்லாம் அதன் சிற்பங்களுக்குப் பின்னால் ஏதோ ஒரு ரகசியம் ஒளிந்திருப்பதாக அவர் சொல்லும் கதைகள் அப்போது விளையாட்டாகத் தெரிந்தன. ஆனால் இப்போது, பாசி படிந்த அந்த மதில் சுவரின் முன்னே நிற்கும்போது, அந்த ஞாபகங்கள் விளையாட்டாகத் தோன்றவில்லை.

சட்டைப் பையிலிருந்த தாத்தா வீட்டின் இரும்புச் சாவி கனத்தது; கூடவே அவன் மனமும். கனத்த மனம் மறுபடியும் பழைய நினைவுகளுக்குச் சென்றது. நினைவுகளுக்குள் நினைவுகள் அவன் கண்முன்னே வந்து நின்றன. அந்தப் பழைய அக்ரஹாரத் தெருவின் புழுதி அவனது 'பிராண்டட்' காலணிகளில் ஒட்டிக்கொண்டது போல, சிறுவயது ஞாபகங்கள் அவன் மனதின் ஆழத்தில் ஒட்டிக்கொண்டிருந்தன. ஒவ்வொரு திண்ணையையும் கடக்கும்போது, அங்கு அமர்ந்து வெற்றிலை குதப்பிக்கொண்டிருந்த

தாத்தாவையும், அவருக்கு அருகில் அமர்ந்து கதை கேட்டுக்கொண்டிருந்த சிறுவன் அருணையும் அவனால் பார்க்க முடிந்தது.

அந்த நினைவுகளின் கதகதப்பு ஒரு கணம் அவனை மெய்மறக்கச் செய்தது. கையில் இருந்த சூட்கேஸின் பிடி நழுவியபோது தான் அவன் மீண்டும் நிகழ்காலத்திற்கு வந்தான். அந்த பழைய வீட்டின் கதவு அவன் முன்னே ஒரு மௌன சாட்சியாக நின்றிருந்தது. ஒருவித பாரத்துடன் அந்த அக்ரஹாரத்து சிறுவனை நினைத்தான். அந்தச் சிறுவன் எவ்வளவு சுதந்திரமாக இருந்தான்! இப்போது இருக்கும் இந்த டெக்கி அருணுக்கும், அன்று ஓடித் திரிந்த அந்தச் சிறுவனுக்கும் இடையே எத்தனை மைல் தூரம்? காலம் எத்தனை கோலங்களை மாற்றிவிட்டது! ஒரு காலத்தில் ஓடிப் பிடித்து விளையாடிய அந்த வாசல், இப்போது ஏனோ அவனுக்கு ஒரு மர்மமான எல்லையாகத் தெரிந்தது.

ஒரு நீண்ட பெருமூச்சுடன் தன் சட்டைக் பையிலிருந்த அந்தச் கனத்த சாவியை வெளியே எடுத்தான். கையில் இருந்த இரும்புச் சாவியை அந்தப் பூட்டில் நுழைக்கும்போது ஒரு நிமிடம் அருண் தயங்கினான். அந்தச் சாவியைத் திருப்புவது என்பது வெறும் கதவைத் திறப்பது

மட்டுமல்ல, காலத்தால் மூடப்பட்ட ஒரு ரகசியத்தைத் திறப்பது போன்ற ஓர் உணர்வு அவனுக்குள் எழுந்தது. பூட்டின் துவாரத்திற்குள் அந்தச் சாவி சரியாகப் பொருந்தி நின்றது. இத்தனை வருடங்களாகத் திறக்கப்படாத அந்தப் பூட்டு, துருப்பிடித்துப் போயிருக்குமோ என்ற பயம் அவனுக்குள் இருந்தது. கையை லேசாகத் திருப்ப முயன்றான். சட்டெனத் திருப்ப மனமில்லை. பூட்டின் குளிர்ந்த இரும்பு அவனது விரல் நுனிகளில் ஒருவித அதிர்வை உண்டாக்குவது போலிருந்தது.

அந்தத் தெருவில் மதிய நேரத்து வெயில் சுட்டெரித்துக் கொண்டிருந்தாலும், அந்த நிலைப்படியில் நின்றிருந்த அருணுக்கு மட்டும் முதுகெலும்பில் ஒரு மெல்லிய குளிர்ச்சி பரவியது. ஒரு நீண்ட மூச்சை உள்ளிழுத்துவிட்டு, கண்களை மூடித் தன் தாத்தாவை ஒருமுறை நினைத்துக் கொண்டான். பிறகு, தன் முழு பலத்தையும் அந்தச் சாவியில் செலுத்தித் திருப்பினான். அந்த பழைய அக்ரஹாரத்து கதவு 'பட்' என்று திறந்தது.

2 கதவு திறந்தது

'பட்' என்று திறந்து கொண்ட கதவு, அந்த ஊரின் மதிய அமைதியைக் கிழித்தது. தயக்கத்துடன் வாசற்படியிலேயே நின்றான் அருண். 'இன்னும் நாம் எடுத்த முடிவு சரிதானா? இல்லை, இல்லாத ஒன்றைத்தேடி வாழ்க்கையைத் திசை திருப்பு கிறோமா?' என்ற கேள்வி அவனுக்குள் அழுத்தமாக எழுந்தது. இப்படியே திரும்பினால் இன்றிரவு தூக்கம்தான் வருமா என்ற சந்தேகமும் அவனுக்கு வந்தது. 'சரி, ஆற்றில் கால் விட்டாச்சு, ஆழம் பார்த்திடுவோம்' என்ற எண்ணத்துடன் வாசற்படியைக் கடந்தான்.

வாசற்படியைத் தாண்டி உள்ளே நுழைந்தபோது எழுந்த அந்த ஒரு நொடிச் சத்தம், ஒரு யுகத்தின் மௌனத்தைக் கலைத்தது போலிருந்தது. உள்ளே கும்மிருட்டு. ஜன்னல்கள் அனைத்தும் மூடப்பட்டுக் கிடந்ததால், மதிய வெயிலின் ஒரு கீற்று கூட உள்ளே நுழைய வழியில்லாமல் தவித்துக் கொண்டி ருந்தது. அருண் தனது சட்டைப் பையிலிருந்த ஐபோனை எடுத்து அதன் 'பிளாஷ் லைட்'டை ஆன் செய்தான். அந்தச் சிறு ஒளிவட்டம் அந்தப் பெரிய ஹாலை மெல்ல வெளிச்சமிட்டது.

தூசி படிந்த அந்தத் தரையில் அவனது காலடித் தடங்கள் மட்டும் புதிய கோலங்களாகப் பதிந்தன. சுவரில் தொங்கிய தாத்தாவின் பெரிய புகைப்படம் அந்த ஒளியில் பளிச்சிட்டது. தாத்தாவின் கண்கள் இவனைப் பார்த்து ஏதோ கேட்கத் துடிப்பது போலத் தோன்றியது. "ஏன் வந்தே அருண்?" - இந்தக் கேள்வி அவர் கேட்பது போலத் தெரிந்தாலும், உண்மையில் அருணின் மனசாட்சி அவனைக் குத்திக் காட்டியது.

அந்த ஐபோன் வெளிச்சம் தூசியில் நடனமாடியது. ஒரு வருடத்திற்கு முன்பு வரை பெங்களூருவின் எலக்ட்ரானிக் சிட்டியில் அருண் ஒரு சக்கரவர்த்தி. அமெரிக்காவிலிருந்து திரும்பிய கையோடு அவன் உருவாக்கிய அந்த 'க்ரிப்டோ-லாஜிக்' அல்காரிதம் அவனை புகழின் உச்சிக்குக் கொண்டு சென்றது. ஆனால், அந்த மர்மமான மின்னஞ்சல்கள் வரத் தொடங்கிய போது எல்லாம் சிதறியது. அந்த மின்னஞ்சல்களில் மிரட்டல்கள் இல்லை; மாறாக, அவை கேள்விகளாக இருந்தன. அமுதப் பட்டியின் கோபுர அமைப்பைப் பற்றியும், அதன் கணித ரகசியங்களைப் பற்றியும் யாரோ ஒரு அந்நியன் அவனுக்குத் தொடர்ந்து எழுதி வந்தான்.

இயல்பிலேயே கலாச்சாரம் மற்றும் பாரம்பரியத்தில் ஈடுபாடு கொண்ட அருணின் மனதிற்குள், இத்தனை காலம் தூங்கிக்

கொண்டிருந்த அந்தத் தேடல் விழித்துக் கொண்டது. மெல்ல மெல்ல அந்த மின்னஞ்சல்கள் அவனது உறக்கத்தைத் திருடின; வேலையில் இருந்த கவனத்தைச் சிதறடித்தன. "இது ஒருவகை 'அப்செஷன்'... மன அழுத்தத்தின் வெளிப்பாடு" என்று அவனது தெரபிஸ்ட் கொடுத்த ஆலோசனைகள் எடுபடவில்லை. நவீன உலகம் சொல்லிக் கொடுத்த எந்தத் தீர்வும் அவனது மனப் போராட்டத்தை நிறுத்தவில்லை.

கூடத்தின் நடுவே நின்றிருந்த அருணுக்கு, அந்த வீட்டின் அமைதி ஒருவித அழுத்தத்தைத் தந்தது. அவனது ஐபோன் வெளிச்சம் அங்குள்ள ஒவ்வொரு தூணையும் துழாவியது. தேக்க மரத்தூண்கள் ஒவ்வொன்றிலும் நுணுக்கமான வேலைப்பாடுகள்—அதில் செதுக்கப் பட்டிருந்த அந்தச் சிறு சிலைகள், அவனுக்கு வந்த மின்னஞ்சல்களில் விவரிக்கப் பட்டிருந்த அதே கணித நேர்த்தியுடன் இருப்பது போல அவனுக்குத் தோன்றியது.

தூணில் இருந்த அந்தச் சிற்பங்களின் தலைகளும், கைகளும் ஒரு குறிப்பிட்ட கோணத்தில் செதுக்கப்பட்டிருப்பதை அவன் கவனித்தான். ஒரு கணினித் திரையில் 'கிரிட்' அமைப்பது போல, அந்தத் தூண்களின் வரிசை

ஒரு விசித்திரமான சமச்சீர் தன்மையுடன் இருப்பதை அவனது கண்கள் அளவிட்டன. "வெறும் அலங்காரத் திற்காகவா இவ்வளவு துல்லியம்?" - அவனது விரல்கள் ஒரு சிற்பத்தின் மீது படிந்திருந்த தூசியைத் துடைத்தன. அந்தத் தொடுதலில் ஏதோ ஒரு ரகசியம் அவனது விரல் நுனிகளில் மின்சாரம் போலப் பாய்ந்தது. நவீன உலகிற்கும், இந்த விடை தெரியாத பழைய கட்டிடத்திற்கும் ஏதோ ஒரு கண்ணுக்குத் தெரியாத பாலம் இருப்பதை அவன் உணரத் தொடங்கிய அந்த நொடியில்... சட்டென ஒரு பழைய குரல் அவனது நினைவின் அடுக்குகளைத் தட்டியது.

"மச்சு வீட்டுக்குப் போ அருண்... அங்க தான் உன் கேள்விக்கான விடை இருக்கு!" அது நினைவா? அல்லது நிஜமா? அருண் திடுக்கிட்டுத் திரும்பினான். இருட்டில் அவனது ஐபோன் வெளிச்சம் அங்குமிங்குமாக அலைபாய்ந்தது. அந்த வீட்டின் வாசலில் ஒரு நிழல் அசைவது தெரிந்தது.

"யாரு?" - அருணின் குரலில் நடுக்கம் கலந்திருந்தது.

நடுங்கிய படியே அருண் வாசலை பார்த்தான். அந்த நிழல் மெல்ல கூடத்திற்குள் நுழைந்தது.

வெளிச்சம் அந்த உருவத்தின் மீது பட்டபோது, ஒரு முதியவர் நின்றிருந்தார். சுருங்கிய தோல், நரைத்த முடி, ஆனால் கண்கள் மட்டும் ஒருவிதத் தீட்சண்யத்துடன் மின்னின. அவர் அணிந்திருந்த வேட்டி பழங்காலத்து முறைப்படி இருந்தது.

"தாத்தா சொன்னது இன்னும் உன் காதுல கேட்டுக்கிட்டே இருக்கா தம்பி?" என்று கேட்டபடி அந்தப் பெரியவர் புன்னகைத்தார். அவர் கையில் ஒரு பழைய அரிக்கேன் விளக்கு இருந்தது. "நான் தான் சுப்பையா. உங்க தாத்தா காலத்துல இருந்து இந்த வீட்டையும், அமுதப்பட்டி கோயிலையும் பாத்துக்கிறவன். நீங்க வருவீங்கன்னு

எனக்குத் தெரியும்."

அருண் மெல்ல மூச்சை விட்டான். ஆனால் அவனது மூளை கணக்கிடத் தொடங்கியது. அவன் வரப்போகிறான் என்பது இவருக்கு எப்படித் தெரியும்? அந்த மர்ம மின்னஞ்சல்களுக்கும் இவருக்கும் ஏதேனும் சம்பந்தம் இருக்குமோ?

3 நிழலாடும் கடிதம்

அருண் யோசிக்கும் போதே இன்னொன்றும் அவனுக்குப் பொறி தட்டியது. 'இவர் எதற்கு மச்சு வீட்டுக்குப் போ என்று சொல்கிறார்?' - தோன்றியதை உடனே கேட்கவும் செய்தான்.

"சுப்பையா தாத்தா... மச்சு வீட்டுக்குப் போனு ஏன் சொன்னீங்க?"

அதற்குச் சுப்பையா மெல்லச் சிரித்தார். "என்ன தம்பி நீங்க? நீங்கதானே இப்போ அதை முணுமுணுத்தீங்க? 'மச்சு வீட்டுக்குப் போ அருண்'னு நீங்க சொல்லப்போய்த்தான், நான் பழைய ஞாபகத்துல அதைக் கேட்டேன். உங்க தாத்தா உயிரோட இருந்தப்ப எத்தனையோ தடவை உங்ககிட்ட இதைச் சொல்லியிருக்கார். தாத்தாவுக்கும் பேரனுக்கும் நடக்கற பேச்சு கடைசியில இங்கதானே வந்து முடியும்!"

சுப்பையாவின் வார்த்தைகள் அருணுக்கு ஒரு மெல்லிய அதிர்ச்சியைத் தந்தன. 'நான் தான் முணுமுணுத்தேனா?' - தனக்கே தெரியாமல் தனது ஆழ்மனது தாத்தாவின் குரலில் பேசுகிறதா? திடீரென அருணின் சிந்தை காலச்சக்கரத்தில் பின்னோக்கிச் சுழன்றது. அவனது நினைவு

அமுதப்பட்டியின் அந்தப் பழைய கோடை காலத்திற்கு அவனை இழுத்துச் சென்றது.

அப்போது அருணுக்கு பத்து வயது இருக்கும். தாத்தா அந்தப் பெரிய ஈஸி சேரில் அமர்ந்து ஏதோ ஒரு பழைய ஓலைச் சுவடியை ஆராய்ந்து கொண்டிருந்தார். சிறுவன் அருண் அருகில் அமர்ந்து தனது பிளாஸ்டிக் பொம்மை காரை ஓட்டிக் கொண்டிருந்தான். திடீரென தாத்தா அவனது கையைப் பிடித்துக் கொண்டார்.

"அருண்... இங்க பாரு. இந்த உலகத்துல எத்தனையோ ரகசியங்கள் வெளிய இருக்கு. ஆனா நமக்கான ரகசியம் மேல இருக்கு. என்னைக்காவது உனக்கு வழி தெரியாம நிற்கிறப்போ, அந்த மச்சு வீட்டுக்குப் போ... அங்க உன் கேள்விக்கான விடை இருக்கும்." அருண் அந்த நினைவலைகளில் இருந்து மெல்ல மீள்கிறான். அவனது கையில் இருக்கும் ஐபோன் வெளிச்சம் இப்போது அந்த மச்சு வீட்டுப் படிக்கட்டுகளின் மீது விழுகிறது. அப்போது அருண், ஏன் அந்த உரையாடல் தாத்தாவிற்கும் அவனுக்கும் நடந்தது என்று யோசிக்கிறான். அதற்குள் அவனது எச்சரிக்கை உணர்வு மறுபடியும் 'சுப்பையா தாத்தாவுக்கு நீ வருவது எப்படித் தெரியும்' என்று கேள் என்று உறுத்தியது. உணர்வுக்கும் எச்சரிக்கைக்கும் இடையே ஒரு

சின்னப் போராட்டமே நடந்து, இறுதியில் எச்சரிக்கை வெல்ல, அவன் கேட்டான்:

"ஆமா தாத்தா... அது கிடக்கட்டும். உங்களுக்கு எப்படி நான் இங்க வர்றது தெரியும்?

நான் யாருக்கும் சொல்லலையே!"

"என்ன தம்பி இப்படிச் சொல்கிறீங்க? எனக்கு ஒரு கடிதாசி வந்ததே நீங்க இங்க வரப்போறீங்கனு?"

அருண் அப்படியே உறைந்து போனான். ஐபோனைப் பிடித்திருந்த அவனது கை லேசாக நடுங்கியது. அவனது மூளை இப்போது மின்னல் வேகத்தில் வேலை செய்தது. 'மின்னஞ்சல் எனக்கு... ஆனா இவருக்குக் கடிதமா? யார் இது? இவ்வளவு திட்டமிட்டுச் செய்வது யார்?'

"உங்களுக்கு... உங்களுக்கு லெட்டர் வந்ததா? யாரு அனுப்பினா?" - அருணின் குரலில் தவிப்பு தெரிந்தது.

சுப்பையா தாத்தா மெல்லத் தனது மடியில் செருகியிருந்த ஒரு பழைய காகிதத்தை எடுத்தார். அந்த அரிக்கேன் விளக்கைக் கீழே வைத்துவிட்டு, கடிதத்தை மெல்லப் பிரித்தார். "யாரு அனுப்பினாங்கன்னு பேர் எதுவும் இல்லை தம்பி. ஆனா இதுல போட்டிருக்கிற அந்தக் குறியீடு...

அதை உன் தாத்தா அடிக்கடி அந்த ஓலைச்சுவடியில வரைஞ்சு பார்த்திருக்கேன். அதான் நீங்கதான் அனுப்பீங்களோன்னு நினைச்சு வந்தேன். எப்ப வரீங்கன்னு சரியா தெரியாததுனால, சரி இன்னைக்கு வந்து துடைச்சு வைப்போம்னு வந்து பார்த்தா கதவு பூட்டு திறந்திருந்தது. அதான் உள்ள வந்தேன்."

அவர் சொல்வது எதுவுமே அருண் காதில் விழுந்த மாதிரி தெரியவில்லை. அவனது கண்கள் அனைத்தும் அந்தக் கடிதத்தையே முறைத்துப் பார்த்து இருந்தன. சுப்பையா தாத்தா அந்தக் கடிதத்தை நீட்டவும், அருண் சட்டென அதைப் பிடுங்காத குறையாக வாங்கினான். ஐபோன் வெளிச்சத்தை அந்தக் காகிதத்தின் மேல் பாய்ச்சினான். அந்தக் காகிதத்தின் ஓரத்தில் ஒரு குறியீடு இருந்தது. அது ஒரு சிறிய கோபுரம் போன்ற வடிவம், ஆனால் அதன் நடுவே ஒரு சிக்கலான கணிதக் குறியீடு செதுக்கப் பட்டிருந்தது.

அருணின் பதற்றம் இப்போது உச்சத்தை எட்டுகிறது. ஒரு 'டிஜிட்டல்' உலகைச் சேர்ந்த அருணுக்கு, காகித வடிவில் வந்த ஒரு கடிதம் இன்னும் பெரிய அதிர்ச்சியைத் தருகிறது. மின்னஞ்சல்களை விடக் கடிதம் என்பது யாரோ

ஒரு நபர் அவனை நேரில் பின்தொடர்வதைப் போன்ற உணர்வை உண்டாக்குகிறது.

"சுப்பையா தாத்தா... இது... இது ஒரு லெட்டர் மட்டும் இல்ல..." அருண் திக்கினான்.

ஆனால், அவனது சொற்கள் வெறும் காற்றுக்குத் தான் போய் சேர்ந்தன. அதற்குள் சுப்பையா தாத்தா அந்த இடத்தை விட்டுச் சென்றிருந்தார். வீட்டைச் சுத்தம் செய்வதில் அவரது கவனம் முழுவதையும் செலுத்தத் தொடங்கினார். திடுக்கிட்டுச் சுற்றுமுற்றும் பார்த்த அருண், சுப்பையா தாத்தா தனது வழக்கமான வேலையைச் செய்வதைக் கண்டான். உடனே அவனது மூளை சுப்பையா தாத்தாவைக் குறித்து எச்சரித்தது. 'அருண், நிதானமாக இரு. இன்னும் உனக்கு மெயில் அனுப்பினது யாருன்னு தெரியாது. அது இந்தச் சுப்பையா தாத்தாவோ அல்லது அவருக்குத் தெரிஞ்சவங்களாவோ இருக்கலாம். யாரையும் நம்பாதே!' என்று எச்சரிக்கை மணி அவனது மூளைக்குள் பலமாக ஒலித்தது. இருப்பினும், தற்காலிகமாக தனது மூளைக்கு மதிப்பு கொடுத்துச் சில கேள்விகளைத் தள்ளிப் போடலாம், நாம் இங்கேதானே இருக்கப் போகிறோம் என்ற முடிவுக்கு வந்தான் அருண். பொறுமையாகச் சுப்பையா தாத்தாவை வேலை செய்ய விட்டு,

தானும் தன்னால் முடிந்த உதவிகளைச் செய்தான். என்னதான் பெங்களூருவில் பெரிய வீடு இருந்தாலும், வேலை ஆட்கள் வைத்தே பழகியதால் அவனுக்குச் சரியாக என்ன செய்வது என்றும் தெரியவில்லை.

சுப்பையா தாத்தா அதை கவனித்தவராக, "தம்பி, நான் பாத்துக்கறேன். நீங்க அந்த ஓரத்துல சுத்தம் பண்ணிட்டேன், ஒரு சேரையும் துடைச்சுட்டேன்... அங்க உட்காருங்க. பிரயாணம் களைப்பா இருக்கும், போங்க தம்பி," என்று வாஞ்சையாகச் சொன்னார். தனது பையிலிருந்து ஒரு பிளாஸ்க்கை எடுத்து, அதிலிருந்த காபியை ஒரு கப்பில் ஊற்றிக் கொடுத்தார்.

"தாத்தா, உங்களுக்கு?" என்று அருண் கேட்க, "எனக்கென்ன தம்பி, வேலையை முடிச்சுட்டுப் போய் வாங்கிக்கறேன்," என்று ரொம்ப இலகுவாகப் பதில் சொன்னார்.

இத்தனை முரணான எண்ணங் களுக்கு இடையில் அவனுக்கும் ஒரு காபி தேவைப்பட்டதுதான். அமைதியாகக் காபியை வாங்கிக்கொண்டு, அந்த நாற்காலியில் மெல்ல அமர்ந்தான். சுப்பையா தாத்தா ஜன்னல் கதவுகளைத் திறந்தார். வீட்டிற்குள் வரும் வெளிச்சம் தூசி மண்டலங்களுக்கு இடையே

புகுந்து, மெல்ல அவனது நெஞ்சிலும் படரத் தொடங்கியது.

4 காலத்தின் சுவடுகள்

அருண் கையில் இருந்த காபியை ரசித்தபடியே வீட்டை நோட்டம் விட்டான். நகரத்து கஃபேக்களில் கிடைக்கும் விலை உயர்ந்த 'லேட்டே' வகைகளை விட, இந்த கிராமத்துக் காபியின் மணம் அவனது நரம்புகளை மெல்லத் தளர்த்தியது. அந்த வீட்டின் அமைப்பு அவனுக்கு ஏதோ சொல்வது போலவே தோன்றியது. ஒவ்வொன்றும் ஒரு கணக்கின் அடிப்படையில், ஒரு ரகசியக் குறியீட்டின் அடிப்படையில் செதுக்கப்பட்டது போல அவனது கிரிப்டோ கண்களுக்குத் தெரிந்தது.

நினைவுகள் மறுபடியும் பின்னோக்கிச் சென்றன. தாத்தாவிடம் இந்த வீட்டின் கதையைக் கேட்ட ஞாபகம் மெல்ல அவன் மனதில் நிழலாடியது.

"தாத்தா, இந்த வீடு ஏன் மத்த வீடுகள் மாதிரி இல்லாம விசித்திரமா இருக்கு?" என்று சிறுவன் அருண் கேட்டபோது, தாத்தா சிரித்துக்கொண்டே சொன்னார்: "அருண், இது வெறும் வீடு இல்லடா. இது ஒரு 'யந்திரம்'. காலங்கள் மாறினாலும், இந்த வீட்டோட மையப்பகுதி மட்டும் மாறாது. அதைத்தான் நீ 'மச்சு வீடு'ன்னு சொல்ற."

"தம்பி... மச்சு வீடு..." என்ற சுப்பையா தாத்தாவின் குரல் அருணின் அந்த நினைவலைகளை இடைமறித்தது.

திடுக்கிட்டு நிஜ உலகிற்கு வந்த அருண், காபி கப்பை கையில் பிடித்தபடி சுப்பையா தாத்தாவைப் பார்த்தான். அவர் இப்போது கூடத்தின் ஓரத்திலிருந்த சில ஜன்னல் கதவுகளைத் திறந்து விட்டிருந்தார். நீண்ட நாட்களாகப் பூட்டிக்கிடந்த அந்த ஜன்னல்கள் திறக்கப்படும்போது எழுந்த கீச்சுச் சத்தம் அந்தப் பெரிய வீடெங்கும் எதிரொலித்தது.

சுப்பையா தாத்தா ஜன்னல்களைத் திறந்ததும், வீட்டின் மையப்பகுதியான முற்றத்தில் மங்கலான வெளிச்சம் கசியத் தொடங்கியது. மேலே மச்சு வீட்டின் கூரையில் இருந்த ஒரு குறிப்பிட்ட கண்ணாடி ஓடு வழியாகச் சூரிய ஒளி உள்ளே நுழைந்து, அங்கிருந்த ஒரு பழைய ஜன்னல் கண்ணாடியில் பட்டுத் தெறித்தது. அந்த ஒளி துல்லியமாகப் பிரதிபலித்து, ஒரு நீண்ட ஒளிக்கீற்றாகப் படிக் கட்டுகளின் மேல் வந்து விழுந்தது.

அருண் அந்த வீட்டின் அமைப்பை இப்போது முழுமையாகப் பார்த்தான். அவன் நின்றிருந்த

அந்தப் பெரிய கூடம், ஒரு நாற்சதுர அமைப்பில் இருந்தது. நான்கு மூலைகளிலும் கருங்கல்லால் ஆன அடித்தளம் இருக்க, அதன் மேல் பருமனான தேக்கு மரத் தூண்கள் கம்பீரமாக நின்றன. அந்தத் தூண்கள் கூரையை மட்டும் தாங்கவில்லை; ஒரு ரகசியத்தைச் சுமந்து கொண்டிருப்பதாக அவனது மூளை எச்சரித்தது.

"அந்தப் பக்கம் போகணும்னு நினைச்சீங்கன்னா, கொஞ்சம் பத்திரமாப் போங்க தம்பி. ஏகப்பட்ட தூசி கிடக்கும். படி ஏறும்போதும் கையைப் பிடிச்சுக்கோங்க, மரம் ரொம்பப் பழசு," என்று எச்சரித்தார் சுப்பையா.

அருணுக்குள் மறுபடியும் ஒரு தடுமாற்றம். 'நாம் நினைப்பதை யெல்லாம் இந்தச் சுப்பையா தாத்தா படம் பிடித்தது போல் வந்து முடிக்கிறாரே?' என்று ஒரு சந்தேகம் எழுந்தது. இவர் உண்மையில் வேலைக்காரரர் மட்டும் தானா? அவனது மூளை மீண்டும் எச்சரிக்கை மணியை அடித்தது. ஆனாலும், அந்த ஒளிக்கீற்று காட்டிய அந்த நுட்பமான பாதை அருணை அந்தப் படிக்கட்டில் இழுத்துச் சென்றது. படிக்கட்டின் முன் நின்று அவன் சிறிது நேரம் அதை உற்றுப் பார்த்தபடியே நின்றான்.

ஒரு பெருமூச்சுடன் அருண் இப்போது முதல் படியில் மெல்லத் தனது இடது காலை வைத்தான். பழமையான அந்த மரம், அவனது பாரம் தாங்காமல் "கீச்... கீச்..." என்று ஒரு விசித்திரமான ஒலியை எழுப்பியது. அந்த அமைதியான வீட்டில் அந்தச் சத்தம் ஒரு எச்சரிக்கையைப் போல அவனது காதுகளில் விழுந்தது. பயந்து சட்டெனத் தனது காலைப் பின்னுக்கு இழுத்துக் கொண்டான். இதயம் படபடவெனத் துடிக்க, தன்னைச் சுற்றிலும் யாரோ பார்ப்பது போன்ற உணர்வு ஏற்பட்டது.

அவன் தனது போன் டார்ச்சை மீண்டும் ஆன் செய்து, படிக்கட்டுகளை இன்னும் உன்னிப்பாகக் கவனிக்கத் தொடங்கினான். தூசி படிந்த அந்த மர இடுக்குகளில் ஏதேனும் ரகசியங்கள் ஒளிந்திருக்கின்றனவா என்று அவன் கண்கள் தேடின. அந்தப் பிரதிபலிக்கும் ஒளியும், கீழே இருந்து சுப்பையா தாத்தா உயர்த்திப் பிடித்த அரிக்கேன் விளக்கின் வெளிச்சமும் அவனுக்கு ஒரு பாதையைக் காட்டின.

அந்த ஒளி வழிநடத்தும் பாதையில், மெல்லத் தனது அடுத்த அடியை வைத்தான் அருண். பத்தாவது படியைத் தாண்டியதும், மச்சு வீட்டின் தளம் அவனது கண்களுக்குப் புலப்பட்டது. அங்கே போன் டார்ச் வெளிச்சத்தைத் துழாவியபடி

நடந்தபோது, இருட்டில் அவனது கால் தற்செயலாக ஒரு கனமான மரப் பொருளின் மீது பலமாக இடித்தது.

"ஆ..." என்று வலி தாங்காமல் அருண் முனகினான். நிலைகுலைந்த அவன், தனது டார்ச் வெளிச்சத்தை அந்தக் காலடியில் இடித்த பொருளின் மேல் பாய்ச்சினான்.

அங்கே ஒரு மரப்பெட்டி இருந்தது. தேக்கு மரத்தால் செய்யப்பட்ட அதன் மேல், காலத்தின் அடையாளமாக ஒரு தடிமனான தூசிப் படலம் படிந்திருந்தது. அருண் கீழே அமர்ந்து அதைப் பார்த்துக் கொண்டிருக்கும்போதே, "தம்பி... என்னாச்சு?" என்றபடி சுப்பையா தாத்தா மெல்லப் படி ஏறி அங்கே வந்தார். அவரது கையில் இருந்த அரிக்கேன் விளக்கின் வெளிச்சம் அந்தப் பெட்டியின் மேல் பட்டது.

பெட்டியைப் பார்த்ததும் ஒரு நீண்ட பெருமூச்சை விட்டார் சுப்பையா தாத்தா. "இந்தக் காலத்துல இதைப் பார்க்குறதுக்குக் குடுத்து வச்சி ருக்கணும் தம்பி. இதை உங்க தாத்தா ஒரு பொக்கிஷமா வச்சிருந்தார். நான் கூட வீட்டைச் சுத்தம் பண்ணும்போது இதைப் பலதடவை நகர்த்தப் பார்த்தேன். ஆனா இது ஒரு அங்குலம் கூட

நகரவே இல்லை. அப்போதான் உங்க தாத்தா ஒருமுறை சொன்னது ஞாபகம் வந்தது..."

சுப்பையா தாத்தா சற்று நிறுத்தி அருணின் முகத்தைப் பார்த்தார். "அருண் ஒருநாள் விடையோட வருவான்... இந்த பெட்டியோட வினா அன்னைக்குத் தெரியும்னு சொல்லிட்டே சிரிச்சுட்டே போயிட்டார்," என்றார் சுப்பையா.

அருணின் உடல் சிலிர்த்தது. அவன் தனது கைக்குட்டையால் பெட்டியின் மேல் இருந்த தூசியைத் துடைத்தான். தூசிகள் விலக விலக, அமுதப்பட்டி கோபுரத்தின் குறியீடும், அதன் உள்ளே இருந்த அந்தச் சிக்கலான கணித வளைவுகளும் மின்னின. அருணுக்கு வந்த அதே மின்னஞ்சல் குறியீடு! அந்தப் பெட்டியின் பக்கவாட்டில் மூன்று சுழலும் மரச் சக்கரங்கள் இருந்தன. ஒவ்வொன்றிலும் சில பழைய தமிழ் எண்கள் செதுக்கப் பட்டிருந்தன.

அருண் தனது கைகளை அந்த மரச் சக்கரங்களின் மேல் வைத்தான். அந்தத் தேக்கு மரத்தின் குளிர்ச்சி அவனது நரம்புகளைத் தொட்டது. அந்தப் பெட்டி திறக்கப்படக் காத்திருந்தது.

5 எண் மச் சுழற்சி

அருண் அந்தப் பெட்டியின் முன் மண்டியிட்டு அமர்ந்திருந்தான். சுப்பையா தாத்தா அங்கிருந்து நகர்ந்து கீழே சென்றிருக்க வேண்டும்; அவரது அரிக்கேன் விளக்கின் வெளிச்சம் மெல்ல மங்கிக் கொண்டிருந்தது. இப்போது அருணின் ஐபோன் டார்ச் வெளிச்சம் மட்டுமே அந்த மச்சு வீட்டின் இருளைக் கிழித்துக் கொண்டிருந்தது.

அவனது கவனம் இப்போது அந்த மூன்று மரச் சக்கரங்களின் மேல் நிலைத்தது. ஒவ்வொரு சக்கரத்திலும் க, உ, ந, ச, ரு... எனப் பழங்காலத் தமிழ் எண்கள் செதுக்கப் பட்டிருந்தன.

அவன் ஒரு கையால் போனைப் பிடித்து வெளிச்சம் காட்டியபடி, தனது பாக்கெட்டிற்குள் கையை விட்டான். அங்கே பத்திரமாக மடித்து வைக்கப்பட்டிருந்த அந்தத் தாளை வெளியே எடுத்தான். அவனுக்கு வந்த மர்ம மின்னஞ்சலில் இருந்த கோபுரக் குறியீட்டை, அவன் முன்னரே ஒரு காகிதத்தில் நகலெடுத்து வைத்தி ருந்தான். அந்தத் தாளை விரித்து, டார்ச் வெளிச்சத்தில் உற்று நோக்கினான்.

அந்தக் குறியீட்டிற்கு அடியில் மிக மெல்லியதாகச் சில எண்கள் இருந்தன: ௫, ௮, ௰௩ (5, 8, 13).

"பிபனாச்சி வரிசை!" என்று அருண் தனக்குள் முணுமுணுத்துக் கொண்டான். "தாத்தா எப்போதுமே கணிதத்தை இயற்கையோடு இணைத்துப் பார்ப்பார். 8+13 என்பது 21-ஐத் தருகிறது. இதுதான் இந்த மர்மப் பெட்டியின் 'பாஸ்கோடு'!"

அவன் அந்த மரச் சக்கரங்களை மெல்லச் சுழற்றத் தொடங்கினான். பல வருடங்களாக அசையாமல் இருந்த அந்த மரம், அவனது விரல் நுனியில் ஒரு பிடிவாதத்தைக் காட்டியது. அவன் அந்த எண்களைச் சரியாகப் பொருத்திய அந்த நொடியில், பெட்டிக்குள்ளிருந்து ஒரு சிறிய 'க்ளிக்' சத்தம் கேட்டது. பல நூற்றாண்டுகளாக உறங்கிக் கொண்டிருந்த ஒரு இயந்திரம் விழித்துக் கொண்டது போல அந்தச் சத்தம் இருந்தது.

அருண் மெல்ல அந்தப் பெட்டியின் மூடியைத் திறந்தான். உள்ளே இருந்து ஒருவிதமான மூலிகை மணம் வீசியது. அங்கே இருந்தது ஒரு சிறிய செப்புப் பட்டயம் மற்றும் ஒரு விசித்திரமான கருங்கல்லால் ஆன ஒரு வட்டு. அருண் அந்த வட்டைத் தொட்டுப்

பார்த்தான். அதன் விளிம்புகளில் மிக நுணுக்கமான 'மைக்ரோ' செதுக்கல்கள் இருந்தன.

அவன் தனது போன் டார்ச் வெளிச்சத்தை அந்த வட்டின் மேல் பாய்ச்சியபோது, அந்த ஒளியானது வட்டின் மேல் இருந்த செதுக்கல்களில் பட்டுத் தெறித்து, மச்சு வீட்டின் சுவர்களில் ஒரு புதிய வரைபடத்தை ஒரு 'புரொஜெக்டர்' போல உருவாக்கியது. அதில் ஒரு குறிப்பிட்ட புள்ளி மட்டும் சிவப்பாக மின்னுவது போலத் தெரிந்தது. அது அமுதப்பட்டி கோபுரத்தின் கீழ்ப்பகுதி!

"யாரு அது?" - சட்டென ஜன்னல் பக்கம் திரும்பினான் அருண்.

மச்சு வீட்டின் ஜன்னல் வழியாக ஒரு கருப்பு நிற உருவம் தோட்டத்துப் புதர்களுக்குள் மறைவதை அவன் கவனித்தான். அவர்கள் அருணைத் தாக்க வரவில்லை. மாறாக, அவன் அந்தப் பெட்டியைத் திறக்கும் வரை காத்திருந்திருக்கிறார்கள்!

அருணுக்கு ஒரு உண்மை உறைத்தது. இந்த ரகசியத்தை அடைய நினைப்பவர்கள் இந்தப் பெட்டியை எப்போதோ கைப்பற்றத் துடித்திருப்பார்கள். ஆனால், அருணின் வாரிசு ரத்தமும், அவனது கிரிப்டோ அறிவும் இல்லாமல் இந்த ரகசியத்தை அவர்களால் உடைக்க முடியாது.

அதனால்தான் அவனை இங்கே வரவழைத்து, ஒரு பொம்மையைப் போலப் பின்னால் இருந்து இயக்கி, அவனை வைத்தே 'வினா'வைத் தீர்க்கிறார்கள்.

உண்மை தெரிந்த அருண், தான் எடுத்த செப்புப் பட்டயத்தையும், வட்டையும் மறுபடியும் அதே இடத்தில் வைத்துப் பெட்டியைப் பூட்டினான். 'நாம இன்னும் இவர்களுக்கான பொம்மைகளா இருக்கக் கூடாது' என்று அவனது உள்மனம் எச்சரித்தது.

அருண் அந்த மச்சு வீட்டை விட்டு வேகமாக இறங்கினான். அவனது வசம் இருந்த அந்தச் செப்புப் பட்டயமும், கருங்கல் வட்டும் இப்போது ஒரு பெரிய பொக்கிஷத்தின் வரைபடம் என்பது அவனுக்குத் தெரியும். தன்னைச் சுற்றி ஒரு பெரிய சதி வலை விரிக்கப்பட்டிருக்கிறது என்பது அவனுக்குத் தெளிவாகப் புரிந்தது. ஆனால், தாத்தா விட்டுச் சென்ற இந்த மர்மத்தை முடிக்காமல் அவனால் பின்வாங்க முடியாது.

அதற்கு முன்னால் தனக்குச் செய்திகள் அனுப்பியது யார், தாத்தா ஏன் இதை என் மூலம் முடிக்க நினைக்கிறார் என்று தெரிந்துகொள்ள வேண்டும் என்ற முடிவுக்கு வந்தான். மீண்டும் முற்றத்திற்கு வந்தான். அந்த வீட்டின் மையப்பகுதி, வானம் பார்த்த அந்த முற்றம். அதன் நடுவில்

சரியாக அந்தத் தாமரை வடிவமைப்புக்குக் கீழாக ஒரு நாற்காலியைப் போட்டு அமர்ந்தான்.

'நான் யாரிடமும் சொல்லாமல், யாருக்கும் தெரியாமல் எழுதி வந்த என்னுடைய குறிப்புகள் இப்போது ஏன் என் கண் முன்னே நிஜமாகின்றன? தாத்தாவின் நினைவாகவும், அமுதப்பட்டியின் இணைவாகவும் நான் வேடிக்கையாகவும், ஒரு தேடலாகவும் எழுதத் தொடங்கிய குறிப்புகள், முக்கியமாக அமுதப்பட்டி கோபுரத்தின் அளவீடுகள், இப்போது அந்தப் பெட்டியின் ரகசியங்களோடு எப்படி ஒத்துப்போகின்றன?'

அருணுக்கு ஒரு மெல்லிய நடுக்கம் ஏற்பட்டது. அவன் ஒரு கிரிப்டோ நிபுணராகப் புகழ் பெற்றதற்கு முன்னரே, சிறு வயதிலிருந்தே ரகசியக் குறியீடுகள் மேல் இருந்த ஆர்வத்தால் அந்தத் தனிப்பட்ட குறிப்புகளைத் தொடங்கி இருந்தான். இதுவரை யாருமே பார்த்திருக்க மாட்டார்கள் என்று அவன் நினைத்த அந்தப் பக்கங்களை, யாரோ ஒரு நிழல் உலகக் குழு கவனித்துக் கொண்டிருந் திருக்கிறது போல் உள்ளதே?

'அப்படியானால், எனக்கே தெரியாமல் என்னை இந்தத் தேடலுக்கு அவர்கள் தயார் செய்திருக்கிறார்களா? அல்லது தாத்தா அந்தப் பெட்டியில் வைத்திருந்த ரகசியத்தை நான்

கண்டுபிடிக்க வேண்டும் என்பதற்காக, என் மூளையை அவரே சிறு வயதிலிருந்து இப்படிப் பழக்கினாரா?'

அருணின் சிந்தனை மெல்ல அவனது கடந்த காலத்தை நோக்கிச் சென்றது. 'அதற்கு முன் நாம் என் தாத்தாவை விட்டு இவ்வளவு நாட்கள் பிரிந்து இருந்தோம்? சிறு வயதில் உள்ள ஞாபகங்கள் எதிலுமே எந்தத் தவறான சம்பவமுமே நடக்கவில்லையே... பிறகு எதற்கு உயிருக்கு உயிரான தாத்தாவையும், அந்த கோடை கால வாழ்க்கையையும் நாம் இழந்தோம்?' அவன் நிதானமாகச் சிந்திக்கத் தொடங்கினான்.

அவன் அமர்ந்திருந்த அந்தத் தாமரை வடிவமைப்புக்கு நேர் மேலே, கோபுரத்தின் உச்சி தெரிந்தது. நிலவொளியில் அந்தப் பழைய கோபுரம் ஒரு மௌன சாட்சியைப் போல நின்றிருந்தது. அருண் இப்போது ஒரு முடிவுக்கு வந்தான். அவன் இனி ஒரு கருவியாக இருக்கப் போவதில்லை. இந்த ரகசியத்தின் வேர் எது என்பதை அவன் கண்டறிந்தே தீர வேண்டும்.

அப்போது, முற்றத்தின் இருண்ட மூலையில் ஒரு நிழல் அசைந்தது.

6 மௌனத்தின் போர்

முற்றத்தின் இருண்ட மூலையில் அந்த நிழல் அசைந்ததைக் கண்டதும் அருணின் உடல் ஒரு கணம் சிலிர்த்தது. அவன் அமர்ந்திருந்த அந்தத் தாமரை வடிவச் சிமிட்டித் தரை, நிலவொளியில் ஒரு மர்மக் களம் போலக் காட்சியளித்தது.

"யாரு அது?" அருணின் குரல் அந்தப் பெரிய வீட்டின் சுவர்களில் பட்டுப் பிரதிபலித்தது.

அந்த நிழல் மெல்ல வெளிச்சத்திற்கு வந்தது. அது சுப்பையா தாத்தா. அவரது கையில் இருந்த அரிக்கேன் விளக்கு இப்போது அணைக்கப்பட்டிருந்தது.

"நான்தான் தம்பி... பயப்படாதீங்க," என்றார் சுப்பையா தாத்தா மெதுவான குரலில்.

அருண் இருக்கையை விட்டு எழவில்லை. அவன் கைகள் நாற்காலியின் கைப்பிடிகளை இறுகப் பற்றிக்கொண்டன. "ஏன் விளக்கை அணைச்சிட்டீங்க? அப்புறம் அந்த மச்சு வீட்டுல நான் பெட்டியைத் திறந்தப்போ நீங்க ஏன் சொல்லாமப் போனீங்க? என்ன நடக்குது இங்கே?"

சுப்பையா தாத்தா ஒரு கசப்பான புன்னகையைச் சிதறவிட்டார். " தம்பி உங்க தாத்தா எதைச் செஞ்சாலும் அதுக்கு ஒரு காரணம் இருக்கும். ஆனா, அந்தப் பழைய கதைகளை உங்ககிட்ட சொல்லி நேரத்தை வீணடிக்க எனக்கு விருப்பமில்லை," என்று மிகச் சாதாரணமாகத் தலைப்பை மாற்றினார்.

அருண் ஏதோ கேட்கத் தொடங்கினான், ஆனால் அதற்குள் அவரே தொடர்ந்தார்.

"நான் அப்படியே அந்த EB ஆபீஸ் வரைக்கும் போயிட்டு வந்தேன் தம்பி. கரண்ட் திரும்பக் கிடைக்கணும்னா, வாரிசுங்கிற முறையில உங்களை வந்து ஒரு கையெழுத்துப் போட சொல்றாங்க. அதுக்குத்தான் போனேன். அப்புறமா வந்து ரொம்ப நேரமாச்சே... ஏதாவது சாப்பிட்டீங்களா? இல்ல ஏதாவது வேணுமான்னு கேட்க வந்தேன்."

அருண் திகைத்து நின்றான். தான் ஒரு மிகப்பெரிய மர்மத்தின் விளிம்பில் நின்றுகொண்டிருக்கிறோம் என்ற பதற்றம் ஒருபுறம் இருக்க, இவரோ மின்சார வாரியம் மற்றும் உணவு பற்றி இவ்வளவு இயல்பாகப் பேசுகிறாரே என்று அவனுக்கு வியப்பாக இருந்தது.

அருண் தன்னை நிதானப்படுத்திக் கொண்டான். தன்னிடம் இருக்கும் தகவல்கள் எதையும் இப்போதைக்கு இவரிடம் பகிரக்கூடாது என்பதில் அவன் தெளிவாக இருந்தான்.

"இப்போதைக்கு எனக்குப் பசியில்லை தாத்தா. கையெழுத்துதானே... நாளைக்கு வந்து போட்டுக்கலாம்," என்று முடித்தவன், மீண்டும் தனது முக்கியக் கேள்வியை முன்வைத்தான். "ஆனா நான் கேட்ட கேள்விக்கு நீங்க இன்னும் பதில் சொல்லல. எதுக்காக நாங்க இந்த ஊரை விட்டுப் போகணும்? அவ்வளவு வருஷம் தாத்தா எங்களை வந்து பார்க்காத அளவுக்கு நாங்க என்ன தப்பு செஞ்சோம்?"

சுப்பையா தாத்தா அணைந்திருந்த அரிக்கேன் விளக்கைத் தூண்டிவிட்டார். அதன் திரி மெல்ல எரியத் தொடங்கி, அவரது முகத்தில் ஆடும் நிழல்களை உருவாக்கியது.

"தப்பு யாரும் செய்யல தம்பி. சில நேரங்கள்ல மரங்களுக்கு நடுவுல இருக்குற இடைவெளிதான் காடு நல்லா வளர்றதுக்குக் காரணமா இருக்கும். உங்க தாத்தாவோட முடிவு உங்க நல்லதுக்குத்தான். அதை உங்க ரத்தமே உங்களுக்குச் சொல்லும்."

சிறிது நேரம் மௌனமாக இருந்தவர், அருணை ஊடுருவிப் பார்த்துத் தொடர்ந்தார்.

"உங்களைத் தயார் செய்யணும் கிறதுக்காகத் தான் அவர் அப்படி ஒரு முடிவை எடுத்தார். நீங்க நகரத்துல கத்துக்கிட்ட அந்த ரகசியக் குறியீடு வித்தையெல்லாம், அவர் இங்க அமுதப்பட்டியில விதைச்சதுதான். அங்க போய் நீங்க எதையும் புதுசா கத்துக்கல, இங்க இருந்துதான் எடுத்துட்டுப் போனீங்க."

அருணுக்கு இதை எப்படிப் புரிந்துகொள்வது என்பதே புரியவில்லை. 'இவருக்கு என் மேல ஏதாவது கோபமா? இல்லை அப்பா மேல கோபமா?' என்று அவன் யோசிக்கும் போதே, சுப்பையா தாத்தா தொடர்ந்தார். இந்த முறை ஒருவித முனகல் போல இருந்தது அவர் பேச்சு:

"இந்தத் தலைமுறைப் பசங்களுக்கு எல்லாம் மெஷின் மேலதான் நம்பிக்கை. ஆனா சில நேரங்கள்ல மெஷின் காட்டாததை இந்த இருட்டு காட்டும்."

அவர் அருணை ஒரு விசித்திரமான பார்வையால் அளவெடுத்தார். அந்தப் பார்வையில், 'நீ இன்னும் ஒரு பச்சைப் பையன், உனக்கு இந்த ஊரோட ஆழம் புரியாது' என்பது

போன்ற ஒரு ஏளனம் தெரிந்தது போல் இருந்தது அருணுக்கு.

"சரி, நான் கிளம்புறேன். ஏதாவது வேணும்னா கூப்பிடுங்க," என்று சொல்லிவிட்டு அவர் மெல்லத் திரும்பி இருளுக்குள் நடக்கத் தொடங்கினார். வெளியே செல்லும்போது சுவரில் இருந்த மாடங்களில் சில எண்ணெய் விளக்குகளை ஏற்றிவிட்டுச் சென்றார். அவர் இருட்டுக்குள் செல்லச் செல்ல, வீட்டுக்குள் சிறிது சிறிதாக அந்த விளக்கு வெளிச்சம் படர ஆரம்பித்தது.

மின்சாரம் இல்லாத அந்தப் பெரிய வீட்டில், அந்தச் சிறிய சுடர் வெளிச்சங்கள் தூண்களில் நீண்ட நிழல்களை உருவாக்கின. முற்றத்தின் நடுவில் தனியாக நின்ற அருண், அந்தத் தாமரைச் செதுக்கலைத் தனது காலால் இடறிக் கொண்டே யோசித்தான்.

'சுப்பையா தாத்தா எதையோ பெரியதாக மறைக்கிறார். அவர் என்னைப் பார்த்துச் சிரிப்பது போல இருக்கிறது. அதே சமயம் மிகவும் சாதாரணமாகப் பேசுவது போலவும் இருக்கிறது. ஊர் நிலவரம், சாப்பாடு என்று அவர் பேசுவது ஒருவேளை என் கவனத்தைத் திசைதிருப்பவா? அல்லது உண்மையிலேயே அவருக்கு எதுவும் தெரியாதா?'

யோசித்தபடியே மறுபடியும் நாற்காலியில் அமர்ந்தான். வெளியே நிலவின் உச்சம் வரத் தொடங்கியது. ஊரும் அடங்கத் தொடங்கி இருந்தது. அமுதப்பட்டியின் அந்த நிசப்தம் அருணுக்குப் பழகாத ஒன்று.

அவன் தனது போனை எடுத்து, அதில் இருந்த தனது பழைய ரகசியக் குறிப்புகளைத் தேடினான். 'அமுதப்பட்டி அளவீடுகள்' என்ற தலைப்பில் அவன் சிறு வயதில் சேகரித்த தரவுகள் அங்கே இருந்தன. அவனது கவனம் முழுவதும் போன் திரையிலேயே இருந்தது.

ஆனால், அவன் ஒரு விஷயத்தைக் கவனிக்கத் தவறிவிட்டான்.

நிலவு மேலே நகர நகர, முற்றத்தின் தரையில் விழுந்து கொண்டிருந்த அந்தப் பிரம்மாண்டமான அமுதப்பட்டி கோபுரத்தின் நிழல், மெல்ல மெல்ல மாறத் தொடங்கி இருந்தது. அது ஒரு கடிகார முள்ளை விட மெதுவாக நகர்ந்து, முற்றத்தின் ஒரு மூலைக்குச் சென்றது. அவன் அமர்ந்திருந்த இடத்திலிருந்து அது இப்போது கண்ணுக்குத் தெரியாத ஒரு கோணத்தில் இருந்தது.

அருண் தனது போன் திரையில் மூழ்கி, அந்தப் பழைய கணிதச் சூத்திரங்களை ஆய்வு செய்து

கொண்டிருந்ததால், அந்தத் தத்ரூபமான மாற்றத்தைத் தற்செயலாகக் கவனிக்காமல் விட்டிருந்தான். நிலவொளியில் கோபுரத்தின் உச்சி ஒரு மௌன சாட்சியைப் போலத் தெரிந்தது. ஆனால் முற்றத்தின் தரையில் அவன் தேடிக்கொண்டிருந்த அந்த நிழல் இப்போது அங்கில்லை.

அந்த முக்கியமான விநாடி அவனைக் கடந்து சென்றிருந்தது. 'வினா' அவன் கண் முன்னாலேயே அதன் உருவத்தை மாற்றிக்கொண்டிருந்தது.

7 நிழல்களின் ஆட்டம்

முற்றத்தின் தரை இப்போது வெறுமையாக இருந்தது. அருண் தனது போன் திரையிலிருந்து நிமிர்ந்து பார்த்தபோது, அந்தப் பிரம்மாண்டமான கோபுர நிழல் 8இருந்த தடம் தெரியாமல் மறைந்திருந்தது. அவனது இதயம் ஒரு கணம் தப்பியது.

"இல்லையே... இவ்வளவு சீக்கிரம் நிழல் மறைய வாய்ப்பில்லையே!" என்று பதற்றத்துடன் எழுந்தான். நிலவு ஒரு குறிப்பிட்ட புள்ளியைக் கடந்ததும், அந்த நிழல் சிதறி முற்றத்தின் இருண்ட மூலைகளுக்குள் தஞ்சம் புகுந்துவிட்டது. இப்போது நேரம் மாலை 7 மணி இருக்கலாம், ஆனால் மின்சாரம் இல்லாததால் அந்த வீடே ஒரு நள்ளிரவு போலக் காட்சியளித்தது.

அருண் தனது போன் டார்ச்சை எரியவிட்டு, தரையில் விழுந்திருந்த அந்தத் தாமரைச் செதுக்கலைச் சுற்றிலும் தேடினான். காலால் இடறிக் கொண்டே தேடியபோது, சுப்பையா தாத்தா ஏற்றி வைத்துச் சென்ற அந்த எண்ணெய் விளக்குகளின் வெளிச்சம் சுவர்களில் ஒரு விசித்திரமான கோணத்தில் விழுவதைக் கவனித்தான். சுவர்களில்

இருந்த பழைய ஓவியங்கள் விளக்குச் சுடரின் அசைவில் உயிர் பெற்றுத் தெரிந்தது.

அருண் சட்டென மச்சு வீட்டின் படிக்கட்டுகளில் ஏறி, அந்தப் பெட்டி இருந்த இடத்திற்குச் சென்றான். அங்கிருந்த செப்புப் பட்டயத்தை எடுத்து, மாடத்திலிருந்த விளக்கு வெளிச்சத்திற்கு அருகில் காட்டினான். பட்டயத்தில் இருந்த நுணுக்கமான ஓட்டைகள் வழியாக வந்த ஒளி, ஒரு கதிர் போலப் பாய்ந்து சரியாகத் தரையில் இருந்த தாமரையின் ஒரு குறிப்பிட்ட இதழின் மேல் விழுந்தது. அந்த இதழில் மட்டும் 'ώ' (பத்து) என்ற தமிழ் எண் செதுக்கப்பட்டிருந்தது.

தன்னுடைய சந்தேகம் உறுதிப்பட்டதும், அருண் எதற்கும் துணியவில்லை. அவன் அந்தச் செப்புப் பட்டயத்தை எடுத்த இடத்திலேயே மீண்டும் பத்திரமாக வைத்துவிட்டுப் பெட்டியைப் பூட்டினான். அவனது மூளை அந்த ஒளியின் கோணத்தையும் எண்ணையும் மட்டும் ஒரு ரகசியக் குறியீடாகப் பதிவு செய்து கொண்டது.

அவன் கீழே இறங்கி வந்தபோது, வீட்டின் நிலக்கதவு தட்டப்படும் சத்தம் கேட்டது.

"தம்பி... உள்ளே இருக்கீங்களா?" - அது சுப்பையா தாத்தாவின் குரல்தான்.

அருண் கதவை நோக்கிச் சென்றான். "என்ன தாத்தா? என்னாச்சு?"

"கரண்ட் இன்னும் வராது போல தம்பி. கையெழுத்து போடச் சொன்னாங்களே... அதை இப்போவே முடிச்சிடுவோம். ஆபீஸர் ஒருத்தர் வெளிய காத்துட்டு இருக்காரு. சீக்கிரம் வாங்க," என்றார் சுப்பையா தாத்தா.

அருண் கதவைத் திறக்கப் போனவன் சட்டெனத நின்றான். மணி இப்போது எட்டு கூட இருக்காது, ஆனால் இந்த நேரத்திற்கு அதிகாரி வந்து காத்துக்கொண்டிருப்பது அவனுக்குப் பெரும் சந்தேகத்தை ஏற்படுத்தியது. சுப்பையா தாத்தா ஏன் இவ்வளவு அவசரப்படுகிறார்?

"தாத்தா, இப்போவே வரணுமா? காலையில பார்த்துக்கலாம்னு சொன்னேனே... இப்போ என்ன அவசரம்?" என்றான்.

வெளியே ஒரு நிமிடம் மௌனம் நிலவியது. பிறகு சுப்பையா தாத்தாவின் குரல் ஒருவித தவிப்போடு ஒலித்தது. "இல்ல தம்பி... வெளியூர்ல இருந்து வந்தவங்க நீங்க, கரண்ட் இல்லாம கஷ்டப்படுவீங்களேன்னு சொல்லிதான் கூப்பிடுறேன். நீங்க வந்து கையெழுத்துப் போட்டா லைன் குடுத்துடுவாங்கன்னு சொன்னாங்க.

அப்புறம் நீங்க மதியத்துல இருந்து சாப்பிடக்கூட இல்ல. எங்க வீட்ல சாப்பாடு தயாராக இருக்கு... வாங்க தம்பி," என்றார்.

அவரது பேச்சில் ஒரு அக்கறை தெரிந்தாலும், அருண் இப்போது எதையும் நம்பும் நிலையில் இல்லை. "இல்ல தாத்தா, நான் இப்போ கதவைத் திறக்கப் போறதில்லை. எனக்குப் பசியில்லை, காலையில பார்த்துக்கலாம்," என்று அருண் உறுதியாகக் கூறினான். வெளியே காலடிச் சத்தங்கள் மெல்லத் தேய்ந்து மறைந்தன.

பசி இப்போது அருணின் வயிற்றைக் கிள்ளத் தொடங்கியது. 'சாப்பாட்டை விடு... தண்ணீராவது குடிக்க வேண்டும்,' என்று நினைத்தபடி தனது பேக்கிலிருந்து வாட்டர் பாட்டிலை எடுத்தான். அதில் இருந்த மீதித் தண்ணீரை ஒரே மூச்சில் குடித்து முடித்தான். ஆனால் தாகம் அடங்குவது போல் இல்லை.

சமையலறைப் பக்கம் சென்றான். இருட்டில் துழாவி அங்கே ஒரு பழைய பித்தளைக் கூஜாவைக் கண்டெடுத்தான். அதிலிருந்த தண்ணீரைத் தாகத்தோடு குடித்தான். அந்தத் தண்ணீர் ஆச்சரியப்படத்தக்க வகையில் குளிர்ச்சியாகவும், ஒருவித மண் வாசனையுடனும் இருந்தது. அவன் கொண்டு வந்திருந்த பையில் இருந்த ஒரு பிஸ்கட்

பாக்கெட்டைத் தின்று பசியைச் சற்றே அடக்கிக் கொண்டான்.

பசி சற்று அடங்கியவுடன் அவனது மூளை தீவிரமாகச் செயல்பட ஆரம்பித்தது. நாம் எதையும் அவசரப்பட்டுச் செய்யக்கூடாது என்பதில் அவன் உறுதியாக இருந்தான். "நாளைக்குச் சுப்பையா தாத்தா சொல்ற அந்த EB ஆபீஸ் கையெழுத்து விஷயத்தை முடிப்போம். அது மூலமா அந்த ஊர் மக்களுக்கும் என் தாத்தாவுக்கும் இருந்த தொடர்பு என்னன்னு தெரிய வாய்ப்பிருக்கு. அப்புறமா இந்தப் பத்தாவது இதழைப் பத்தி யோசிக்கலாம்."

அவன் உறங்குவதற்கு ஒரு இடத்தைத் தேடினான். முற்றத்தை ஒட்டியிருந்த ஒரு சிறிய அறையில் ஒரு பழைய கயிறு கட்டில் இருந்தது. அந்த அறையில் புழுக்கம் அதிகமாக இருந்ததால், அங்கிருந்த ஒரு பெரிய மர ஜன்னலைத் திறந்துவிட்டான். திறந்த மாத்திரத்தில், வெளியே இருந்து குளிர்ந்த காற்று அறைக்குள் பாய்ந்தது. அமுதப்பட்டி கோபுரத்தின் திசையிலிருந்து வந்த அந்தத் தென்றல், அவனது களைப்பை மெல்ல நீக்கியது.

ஜன்னல் வழியாகத் தெரிந்த கோபுரத்தின் உச்சியைப் பார்த்தபடியே அவன் கட்டிலில்

சாய்ந்தான். காற்றில் அசைந்த மரங்களின் சத்தமும், தூரத்தில் கேட்ட அந்த மெல்லிய மணிச் சத்தம் ஒருவிதமான விசித்திரமான ராகத்தைப் போல ஒலித்தன.

"மெஷின் காட்டாததை இந்த இருட்டு காட்டும்..." - சுப்பையா தாத்தாவின் அந்த முனகல் அவனது ஆழ்மனதில் பதிந்திருந்தது. அவன் கண்கள் மூடினாலும், மனம் காலத்தின் பின்னோக்கிச் சென்றது.

பத்து வருடங்களுக்கு முன்னால், பெங்களூருவின் ஒரு நள்ளிரவு. கல்லூரியில் படித்துக் கொண்டிருந்த அருண், ஒரு கடினமான குறியாக்கச் சிக்கலை தீர்க்க முடியாமல் தன் மடிக் கணினியின் முன் அமர்ந்து போராடிக் கொண்டிருந்தான். அப்போது அங்கே வந்த அவனது தந்தை, அவன் தோளைத் தட்டினார்.

"இன்னும் தூங்கலையா அருண்? மெஷின் சொல்லிக் கொடுக்காததை சில நேரத்துல மௌனம் சொல்லிக் கொடுக்கும். ரொம்பத் தேடாதே, ரிலக்ஸா இரு. விடை உன்னைத் தேடி வரும்," என்றார்.

அன்று தந்தை சொன்ன அந்த வார்த்தைகளுக்கும், இன்று சுப்பையா தாத்தா சொன்ன அந்த முனகலுக்கும் ஏதோ ஒரு சம்பந்தம்

இருப்பதை உறக்கத்தின் விளிம்பில் அருண் உணர்ந்தான். அவனது தந்தை ஏன் தாத்தாவைப் பற்றி எப்போதும் ரகசியமாகவே பேசி வந்தார்? ஏன் அவரைச் சந்திக்க ஒருபோதும் அழைத்துச் செல்லவில்லை?

அந்தக் கேள்விகளுடனேயே அவன் ஆழ்ந்த உறக்கத்திற்குச் சென்றான். அவனது போன் மட்டும் அணைக்கப்படாமல், அவன் சேமித்த அந்தப் புதிய எண்களையும் பழைய குறிப்புகளையும் ஒரு பிராசஸ் செய்த படி அவன் கைக்கு அருகிலேயே மின்னிக் கொண்டிருந்தது.

8 விடியலும் விடுகதைகளும்

அதிகாலை 5 மணி. ஜன்னல் வழியாக வந்த பறவைகளின் சத்தமும், தூரத்தில் கேட்ட அமுதப்பட்டி கோயில் மணியோசையும் அருணை மெல்ல எழுப்பின. கயிறு கட்டிலின் ஒருவிதமான கடினத்தன்மை அவனது முதுகில் தெரிந்தாலும், பல வருடங்களுக்குப் பிறகு இவ்வளவு அமைதியான தூக்கம் அவனுக்குக் கிடைத்திருந்தது ஆச்சரியமாகவே இருந்தது.

அவன் முதலில் செய்த காரியம், கைக்கு அருகிலிருந்த போனை எடுத்ததுதான். இரவு அவன் ஓடவிட்டிருந்த அந்த தரவு பரிசோதனை முடிந்திருந்தது. திரை ஒரு முடிவைக் காட்டியது: "Pattern Mismatch. Sources missing."

"இன்னும் ஏதோ ஒரு துண்டு விடுபடுது," என்று முணு முணுத்தபடி எழுந்து அமர்ந்தான். ஜன்னலுக்கு வெளியே அமுதப் பட்டி ஊர் மெல்ல விழித்துக் கொண்டிருந்தது.

அருண் தனது போனில் இருந்த பழைய புகைப்படங்களைப் பார்த்தான். அவனது தந்தை எப்போதும் தாத்தாவைப் பற்றிப் பெருமையாகவே பேசுவார். "அருண், உங்க தாத்தா ஒரு சாதாரண

மனுஷன் இல்ல. அவர் ஒரு மிகப்பெரிய அறிவுக் களஞ்சியம். இந்தத் தொழில்நுட்ப காலத்துல நாம கத்துக்க வேண்டிய எத்தனையோ ரகசியங்கள் அவர் மனசுல இருக்கு. ஒருநாள் நீயே அதை நேர்ல போய்ப் பார்ப்பாய்" என்று அடிக்கடி சொல்வார்.

அவன் மனது பழைய நினைவுகளில் மூழ்கியது. ஒருமுறை அவன் தன் தந்தையிடம் கேட்டிருந்தான், "அப்புறம் ஏன்ப்பா நம்ம தாத்தாவை ஊர்ல போய் பார்க்க மாட்டேங்குறோம்? நான் சின்ன வயசு அமுதப்பட்டியை ரொம்ப மிஸ் பண்றேன்."

அப்போது அவனது தந்தை ஒரு நீண்ட பெருமூச்சுடன் சொன்னார், "அங்கே போறதுக்கு ஒரு நேரம் வரணும் அருண். சில கதைகளை நாம தேடிப் போறதை விட, அந்தக் கதைகளே நம்மைக் கூப்பிடுற வரைக்கும் காத்திருக்கிறது தான் நல்லது."

இன்று அந்த அழைப்பு வந்தி ருப்பதாக அருண் உணர்ந்தான். வீட்டின் நிலக்கதவு மெல்லத் தட்டப்பட்டது.

"தம்பி... எழுந்தாச்சா?" - அது சுப்பையா தாத்தாவின் குரல்.

அருண் எழுந்து சென்று கதவைத் திறந்தான். முற்றத்தின் அதிகாலை வெளிச்சத்தில் சுப்பையா தாத்தா ஒரு டிபன் கேரியரோடு நின்று கொண்டிருந்தார். "இதோ... சுடச்சுட இட்லி. சாப்பிடுங்க. நேத்திக்கு ராத்திரி கூட நீங்க ஒண்ணுமே சாப்பிடல, அதான் சீக்கிரமா வீட்ல பண்ணச் சொல்லி எடுத்துட்டு வந்தேன். சாப்பிடுங்க தம்பி," என்று வாஞ்சையுடன் டிபன் கேரியரை நீட்டினார்.

அருண் ஒரு கணம் நேற்று அவரைப் பார்க்கக் கூட மாட்டேன் என்று சொன்னதை நினைத்துக் கூனி நின்றான். பிறகு நிலைமைக்கு வந்து, "சாரி சுப்பையா தாத்தா... நேத்திக்கு ஒரே களைப்பு, அப்புறம் தாத்தாவோட ஞாபகம்னு நிறைய வந்தது. அதான் தனியா இருக்கணும்னு நினைச்சேன்," என்றான்.

இதைக் கேட்ட சுப்பையா தாத்தா மெலிதாகப் புன்னகைத்து, "அது இருக்கட்டும் தம்பி... நீங்க உங்க தாத்தா இறந்ததுக்குக் கூட வரல, பார்க்க மாட்டேன்னு சொல்லிட் டீங்களாம். உங்க அப்பா சொன்னாங்க. என்ன இருந்தாலும் இத்தனை வருஷம் கழிச்சு சின்ன வயசுல புழங்கின வீட்டுக்கு வந்தா பழைய ஞாபகம் இருக்கும்னு தான் நானும்

உங்களை நேத்திக்குத் தொல்லை பண்ணல," என்றார்.

அருண் மௌனமாக இட்லியை வாங்கித் முற்றத்தில் அமர்ந்து சாப்பிடத் தொடங்கினான். அவன் அமைதியாகச் சாப்பிடும் வரை காத்திருந்த சுப்பையா தாத்தா, "இந்த மாணிக்கம் ஆபீஸர் இருக்காரே, அவர் உங்க தாத்தா மேல இருந்த அபிமானத்துல இத்தனை நாளா இந்தப் பழைய சர்வீஸ் கனெக்ஷன் மாற்றத்தைப் பண்ணாமத் தள்ளிப் போட்டிருந்தாரு. அதான் நீங்க வந்திருக்கீங்கன்னு தெரிஞ்ச உடனே, முறைப்படி உங்க பேருக்கு மாத்திடலாம்னு நேத்து ராத்திரியே வந்துட்டாரு," என்றார்.

அருண் சாப்பிட்டு முடித்து ஒருவித நினைவுகளோடே கைகழுவச் சென்றான். எங்கே பார்த்தாலும் தாத்தாவின் ஞாபகமாகவே இருந்தது. 'முதல் முறையாகத் தாத்தா இறந்ததற்கு வந்திருக்கலாமோ என்ற எண்ணம் அவனுக்குத் தோன்றியது. ஒருவேளை அப்படி வந்திருந்தால் இந்தத் தேடலின் மர்மம் அன்றே குறைந்திருக்குமோ?'

அவன் திரும்பி வந்தபோது, வாசலில் நின்ற மோட்டார் சைக்கிளிலிருந்து இறங்கிய மாணிக்கம்,

ஒரு ஃபைலை நீட்டினார். "வணக்கம் தம்பி. பெங்களூருல இருந்து வந்திருக்கீங்க போல. இந்தாங்க... இந்த ஃபார்ம்ல ஒரு கையெழுத்துப் போடுங்க. அப்போதான் பழைய லைன்ல இருக்குற கோளாறைச் சரி பண்ணி, இந்த வீட்டுக்கு மின்சாரம் கொடுக்க முடியும்."

அருண் அந்த ஃபார்மை வாங்கினான். அதனுள் இருந்த மேப்பைப் பார்த்ததும் அவனது ஆர்வத்தைத் தூண்டியது. "சார், இந்த லைன் மேப்-ஐ நான் ஒரு தடவை பார்க்கலாமா?" என்று கேட்டான்.

மாணிக்கம் சற்றுத் தயக்கத்துடன் தான் அதை நீட்டினார். "இதெல்லாம் எதுக்கு தம்பி? நான் லைன்-மேன் கிட்ட அடையாளம் காட்டக் கொண்டு வந்தேன். இது எதுக்கு உங்களுக்கு?" என்றார்.

அருண் விடவில்லை. "சும்மா ஒரு கியூரியாசிட்டி தான் சார்... குடுங்களேன் ப்ளீஸ்," என்றான்.

மேப்பில் அந்த மின்சாரக் கம்பிகள் செல்லும் பாதை அந்தப் பெரிய கோபுரத்தைச் சுற்றியே ஒரு வலை போல அமைக்கப்பட்டிருந்தன. அதன் ஒரு மூலையில் 'Point 10 - Grounding Phase' என்ற குறிப்பு இருந்தது.

அருண் ஒரு பெருமூச்சுடன் கையெழுத்திட்டான். இவர்கள் போன பின்னாடி

இதையும் குறித்து வைக்க வேண்டும் என்று நினைத்தவாறே, அந்த மேப்பையும் ஃபார்மையும் மாணிக்கத்திடம் நீட்டினான்.

சுப்பையா தாத்தா டிபன் கேரியரை எடுத்துக்கொண்டு அதைக் கழுவச் சென்றுவிட்டார். மாணிக்கம் கிளம்பிச் சென்ற திசையை ஏதோ யோசனையில் நின்று பார்த்துக் கொண்டிருந்தான் அருண். அவனது நினைவுகளைக் கலைப்பது போல அவனது போன் மணி அடித்தது.

அதில் ஒரு மர்மமான மின்னஞ்சல் ஒன்று வந்திருந்தது:

"அருண், அந்த வீட்டின் அடியில் ஒரு ஓட்டம் இருக்கு. அது மின்சாரமா அல்லது காலமான்னு உன்னால தான் கண்டுபிடிக்க முடியும்."

அருண் திடுக்கிட்டுப் போனான். அந்த ஓட்டம் தான் இப்போது அவன் கையில் இருந்த மேப்பில் 'பாயின்ட் 10' ஆகக் குறிக்கப்பட்டிருக்கிறதா?

9 நினைவுகளின் வரைபடம்

மாணிக்கத்தின் பைக் சத்தம் தூரத்தில் மறையும் வரை அருண் திண்ணையிலேயே நின்றிருந்தான். அவன் கண்கள் மேப்பில் பார்த்த அந்தப் பிம்பங்களை அப்படியே மூளைக்குள் அடுக்கிக் கொண்டிருந்தன. ஒரு பொறியாளராக, அந்தச் சிக்கலான கோடுகள் ஒரு டிஜிட்டல் வரைபடமாக மாறி அவனது மூளையின் ஒரு பகுதியில் துல்லியமாகப் பதிவாகியிருந்தது.

சுப்பையா தாத்தா மெல்ல அருகில் வந்து, "தம்பி, நீங்க கிளம்புறதுக்கு முன்னாடி ஒண்ணு சொல்லணும்னு நினைச்சேன். உங்க தாத்தா போனப்போ, நீங்க அமெரிக்கால இருந்ததால அந்தப் பத்து நாளும் இங்க வர முடியாமப் போச்சு. அவரோட காரியங்கள் எதையும் உங்க கையால நீங்க செய்யல. ஆனா அந்தப் பத்து நாள் கணக்கு இன்னும் பாக்கியாவே இருக்கு," என்றார் தாழ்ந்த குரலில்.

அருணின் இதயம் ஒரு கணம் கனத்தது. அமெரிக்காவிலிருந்து வர முடியாமல் போன அந்தப் பத்து நாட்களைப் பற்றி அவன் இதுவரை ஆழமாக யோசித்ததில்லை.

அவன் சுப்பையா தாத்தாவைத் திரும்பிப் பார்த்து உறுதியாகச் சொன்னான், "நான் இங்க இன்னும் பத்து நாளாவது இருக்கப் போறேன் தாத்தா. நான் திரும்பிப் போகும்போது என்னோட தேடல் எல்லாத்துக்கும் முடிவு கண்டிப்பா கிடைக்கும்."

அருண் "தேடல்" என்று குறிப்பிட்டது அந்தத் தொழில்நுட்ப மர்மங்களைப் பற்றித்தான். ஆனால் சுப்பையா தாத்தா, அருண் தன் தாத்தாவின் நினைவுகளைத் தேடுவதாகப் புரிந்துகொண்டார்.

"நல்ல முடிவு தம்பி. காணாமப் போன எத்தனையோ பழைய நினைவுகள் இந்த வீட்டுக்குள்ளேயே கிடக்கு. தேடுங்க... கண்டிப்பா கிடைக்கும்," என்று கண்களில் ஈரத்துடன் நெகிழ்ச்சியாகச் சொன்ன சுப்பையா தாத்தா, டிபன் கேரியரை எடுத்துக்கொண்டு கொல்லைப்புறம் சென்றார்.

அருண் இப்போது சுப்பையா தாத்தாவை ஓரளவுக்கு நம்பத் தொடங்கினான். அவன் அவர் பின்னாடியே கொல்லைப்புறத்திற்குச் சென்றான். அங்கே செடி கொடிகளுக்கு நடுவே தாத்தா வேலையில் மூழ்கியிருந்தார்.

"தாத்தா, உங்களுக்கும் என் தாத்தாவுக்கும் நடுவுல எப்படி இவ்வளவு நட்பு வந்தது?" என்று மெல்லக் கேட்டான் அருண்.

சுப்பையா தாத்தா நிமிர்ந்து பார்த்துப் புன்னகைத்தார். "என்னதான் உங்க தாத்தா தனியாவே இருக்கற மாதிரி எதோ ஆராய்ச்சி பண்ணிட்டு இருந்தாலும், அவர் ஊர்ல நடக்குற எல்லாத்தையும் கவனிச்சுட்டே தான் இருந்தாரு தம்பி. அவர் ஒரு பெரிய மனசுக்காரர். ஒரு தடவை ஊர்ல ஒரு சின்னப் பிரச்சினை... ஆளாளுக்கு ஒரு நியாயத்தைச் சொல்லிட்டு சண்டை போட்டுக்கிட்டு இருந்தாங்க. உங்க தாத்தா அந்தப் பக்கமா போனவர், இந்த ஊர் கூத்துக்குள்ள முதல் முதலா உள்ள வந்தாரு. அங்க என்ன பிரச்சினைன்னு கேட்டு, நிதானமா... எல்லாருக்கும் புரியற மாதிரி ஒரு தெளிவான புரிதலோட ஒரு தீர்வைச் சொன்னாரு. அன்னைக்குத் தான் இந்த ஊர் மக்கள் எல்லாரும் அவரை மதிக்கவும், அவரோட பேசவும் ஆரம்பிச்சாங்க. அதுக்கப்புறம் மெல்ல மெல்ல எல்லார் குடும்பத்தோடயும் கலந்துக்க ஆரம்பிச்சாரு உங்க தாத்தா."

சற்று நிறுத்தி, பழைய நினைவுகளில் மூழ்கியவராகத் தொடர்ந்தார், "அப்படி அவர் பேச்சுக்குக் கட்டுப்பட்ட கூட்டத்துல ஒருத்தன் தான்

நான். மெல்ல மெல்ல அவருக்கு வேண்டிய வேலைகளைச் செய்ய ஆரம்பிச்சேன். அப்புறமா இந்த வீட்டுக்கு வந்து போக ஆரம்பிச்சேன். அப்படியே அவர் எங்க போனாலும் கூடவே போற அளவுக்கு அவருக்கு நெருக்கமாயிட்டேன் தம்பி."

இதைக்கேட்ட அருணுக்குள் ஒரு மாற்றம் தெரிந்தது. அந்த மர்மப் பெட்டியின் தேடல் ஒருபுறம் இருந்தாலும், தன் தாத்தா நடந்து வந்த அந்த இடங்களை நேரில் பார்க்க வேண்டும் என்ற ஆவல் எழுந்தது. 'தேடல் ஒருபுறம் இருக்கட்டும், முதலில் தாத்தாவின் நினைவுகளில் சில நாட்கள் கழிக்கலாம்' என்று அவன் மனம் விரும்பியது.

உடனே சுப்பையா தாத்தாவிடம், "சுப்பையா தாத்தா, என்னதான் நான் சின்ன வயசுல தாத்தா கூட இதே ஊர்ல இருந்திருந்தாலும், அவரோட பல விஷயங்கள் எனக்குத் தெரியாம இருக்கலாம். எனக்கு இப்போ ஊருக்குள்ள போய் நடக்கணும் போல இருக்கு. தாத்தா புழங்கின இடங்களைப் பார்க்கணும்... போலாமா?" என்று ஆர்வமாகக் கேட்டான்.

"நிச்சயமா போலாமே தம்பி!" என்று சுப்பையா தாத்தா உற்சாகமாகச் சொன்னார்.

"இதோ கிளம்பி வர்றேன் தாத்தா!" என்று உற்சாகமாகச் சொன்ன அருண், தான் இரவு படுத்திருந்த அறைக்குச் சென்றான். அங்கே அவனது போன் ஏனோ அணையாமலே அந்த மர்ம மின்னஞ்சலைக் காட்டியபடி இருந்தது. 'மின்சாரமா அல்லது காலமா?' - அந்த வரிகள் அவனை மீண்டும் ஒருமுறை முறைத்தன.

மாணிக்கம் கையில் இருந்த அந்த மேப்பைத் தனது மூளையில் ஒருமுறை ரீ-ஸ்கேன் செய்துகொண்டான். பிறகு தனது லேப்டாப் பையிலிருந்து ஒரு வெள்ளைத் தாளையும் பென்சிலையும் எடுத்தான். அடுத்த சில நிமிடங்களில், மாணிக்கம் காட்டிய அந்த மின்சார மேப்பைத் தனது சேமிக்கப்பட்ட நினைவிலிருந்து அப்படியே காகிதத்தில் வரைந்தான். அப்படியே அவன் வரைந்த வரைபடத்தைத் தனது மொபைலில் ஒரு புகைப்படம் எடுத்துத் தனது தனிப்பட்ட குறிப்புகளில் சேர்த்துக்கொண்டான். அந்த மேப்பில் இருந்த கோடுகளும், சுப்பையா தாத்தா இப்போது சொல்லப்போகும் இடங்களும் எங்காவது ஒன்றிணைகிறதா என்று பார்க்க வேண்டும் என்ற ஒரு மறைமுகமான திட்டமும் இப்போது அவனோடு சேர்ந்துகொண்டது.

அவன் வரைந்த வரைபடத்தைத் தன் பாக்கெட்டில் மடித்து வைத்துக்கொண்டு வெளியே வந்தான். அவன் வீட்டை விட்டு வெளியே வரும்போது வீட்டில் மின்சாரம் வந்திருந்தது! பகல் வெளிச்சத்தில் அந்த வீடு மிகச் சாதாரணமான ஒரு பழைய வீடாகத் தெரிந்தது. நேற்று அவனை மிரட்டிய அந்த நிழல்கள் இப்போது வெறும் தூசுகளாகத் தெரிந்தன.

"வெளிச்சம் வந்தவுடனே எல்லாம் இவ்வளவு சாதாரணமா ஆயிடுச்சா?" என்று தனக்குள் கேட்டுக்கொண்டான்.

ஆனால், அந்தச் சாதாரணத் தோற்றத்திற்குப் பின்னால் ஒளிந்தி ருக்கும் அசாதாரணமான உண்மையை அருண் எப்படிக் கண்டுபிடிக்கப் போகிறான்?

10 குளத்தங்கரை மர்மம்

காலை வெயில் அமுதப்பட்டியின் தெருக்களில் பொன்னிறமாகப் படர்ந்திருந்தது. சுப்பையா தாத்தா முன்னே நடக்க, அருண் தனது ரகசிய மேப் மற்றும் தாத்தாவின் நினைவுகளுடன் அமுதப்பட்டியின் வீதிகளுக்குள் முதல் அடியை எடுத்து வைத்தான்.

கிராமத்து வாசனை அவனுக்குள் ஒரு இனம் புரியாத நிம்மதியைத் தந்தது. சாணி தெளித்த வாசல்கள், வைக்கோல் போர்கள், ஆங்காங்கே மேயும் மாடுகள் என எல்லாம் ஒரு அழகான ஓவியம் போல இருந்தன. ஆனால், அருணின் கண்கள் தெருவோரங்களில் இருந்த பழைய மின்சாரக் கம்பிகளையும், அவற்றில் இருந்து செல்லும் இணைப்புகளையும் மிகத் தீவிரமாகக் கவனித்தன.

சுப்பையா தாத்தாவிற்கு அந்த ஊரில் எல்லோரையும் தெரிந்திருந்தது. போகும் வழியில் எதிரே வந்தவர்கள் ஒவ்வொருவரிடமும் அவர் நலம் விசாரித்தார். ஒரு பழைய டீக்கடை அருகே வந்தபோது, அங்கே அமர்ந்திருந்த ஒரு பெரியவர் சுப்பையா தாத்தாவை வழிமறித்தார்.

"என்ன சுப்பையயா, யாரு இது? பக்கத்து ஊர்ல இருந்து வந்திருக்காரா?" என்று அருணைப் பார்த்துக் கேட்டார் அந்தப் பெரியவர்.

சுப்பையா தாத்தா முகத்தில் ஒரு பெருமிதம் மின்னியது. "இவரு நம்ம 'பெரிய அய்யாவோட' பேரன். அமெரிக்காவிலிருந்து வந்திருக்காரு," என்றார் மிகுந்த மரியாதையுடன். அவர் தாத்தாவின் பெயர் சொல்லாமல், 'பெரிய அய்யா' என்று குறிப்பிட்ட விதம் அருணைக் கவர்ந்தது. அந்தப் பெயருக்குப் பின்னால் ஒரு பெரிய சரித்திரமே ஒளிந்திருப்பது போல அவனுக்குத் தோன்றியது.

அந்த ஊர்க்காரரர் சட்டென்று எழுந்து வந்து அருணின் கைகளைப் பற்றிக் கொண்டார். "அப்படியா? அய்யாவோட பேரனா நீங்க? பார்க்க அப்படியே அவரை மாதிரியே இருக்கீங்க தம்பி. உங்க தாத்தா இந்த ஊருக்கே ஒரு வெளிச்சம் மாதிரி இருந்தாரு. அவர் போனதுக்கப்புறம் இந்த ஊரே கொஞ்சம் இருண்டு போன மாதிரி ஆகிடுச்சு. அதுலயும் இந்தச் சுப்பையாவைத் தான் பாக்கணும்... உங்க தாத்தா இருந்த வரைக்கும் அவர் பின்னாடியே ஒரு நிழல் மாதிரி சுத்திட்டு இருப்பாரு. அவர் போனதுக்கப்புறம் இவரு அப்படியே தனிமரம் ஆகிட்டாரு தம்பி. இப்போ நீங்க

வந்திருக்கிறது இவருக்குப் பெரிய சந்தோஷமா இருக்கும்," என்று நெகிழ்ச்சியாகச் சொன்னார்.

அருண் சுப்பையா தாத்தாவைப் பார்த்தான். அவர் தலைகுனிந்து மெலிதாகச் சிரித்துக் கொண்டிருந்தார். அந்தச் சிரிப்பில் ஒரு பெரிய இழப்பின் வலியும், இப்போது அருண் வந்திருப்பதில் இருக்கும் நிம்மதியும் கலந்திருப்பதை அருண் உணர்ந்தான். தாத்தா வெறும் ஆராய்ச்சியாளர் மட்டுமல்ல, இந்த ஊர் மக்களின் மனதில் ஒரு இடத்தைப் பிடித்திருக்கிறார் என்பது அவனுக்குப் புரிந்தது.

அவர்கள் அங்கிருந்து நகர்ந்து குளத்தங்கரையை அடைந்தனர். குளம் கண்ணாடி போல அமைதியாக இருந்தது. அதன் படிக்கட்டுகள் பழங்காலக் கற்களால் செதுக்கப்பட்டிருந்தன. சுப்பையா தாத்தா அந்த அரச மரத்தடியில் இருந்த ஒரு கல் மேடையில் அமர்ந்தார்.

"இங்கதான் தம்பி... இங்க உட்கார்ந்துதான் அவர் பல விஷயங்களை யோசிப்பாரு. சில சமயம் தனக்குத் தானே ஏதோ பேசிப்பாரு. நான் கேட்டா சிரிச்சுட்டு மழுப்பிடுவாரு," என்றார் தாத்தா மலரும் நினைவுகளுடன்.

அருணும் சுப்பையா தாத்தாவின் பக்கத்திலேயே அமர்ந்தான். குளத்து நீரின் மெல்லிய அலைகளையும், அதில் பிரதிபலிக்கும் வானத்தையும் பார்த்தபடி தனது எண்ணங்களை ஒருநிலைப்படுத்த முயன்றான். அமெரிக்கா மற்றும் பெங்களூரின் பரபரப்பான வாழ்க்கைக்கும், இந்த அமைதியான அமுதப்பட்டிக்கும் இடையில் அவன் மனது ஊசலாடியது.

பெங்களூரில் காலை 9 மணி என்றால் 'லாவா' போலப் பொங்கும் டிராபிக், இடைவிடாத ஈமெயில் சத்தங்கள், அடுத்த வார 'டெட்லைன்' பற்றிய கவலைகள் என மூளை எப்போதும் ஒரு அதிர்விலேயே இருக்கும். அமெரிக்காவிலோ எப்போதும் ஒரு இயந்திரத்தனமான ஓட்டத்துடனும், நமது நேரத்தை யாரோ புரோகிராம் செய்து செலவிடுவது போலவும் ஒரு உணர்வு இருக்கும். அங்கே வாழ்க்கை ஒரு அல்காரிதம் போல முன்கூட்டியே தீர்மானிக்கப்பட்டது. ஆனால் இங்கே, ஒரு மரங்கொத்தியின் சத்தமும், தூரத்தில் கேட்கும் மாட்டு வண்டிச் சத்தமும் தவிர வேறு எந்த இரைச்சலும் இல்லை. இந்த நிசப்தம் அவனுக்கு ஒருவித பயத்தைக் கொடுத்தது. அமைதி என்பது இங்கே ஏதோ ஒரு பெரிய ரகசியத்தை மூடி மறைப்பது போல அவனுக்குத் தோன்றியது.

அருண் மெல்ல எழுந்து குளத்தின் படிக்கட்டுகளில் இறங்கினான். அவன் சுற்றிலும் பார்த்தான். குளத்தின் நீர்மட்டம் சற்றே குறைந்திருந்தது. குளத்தின் ஒரு மூலையில், அதாவது அரச மரத்திற்கு மிக அருகில், ஒரு பழைய மின்சார டிரான்ஸ்பார்மர் துருப்பிடித்த நிலையில் நின்றிருந்தது. அதன் இரும்பு வேலிகள் செடி கொடிகளால் சூழப்பட்டிருந்தன. அது சாதாரணமாக ஊருக்கு மின்சாரம் வழங்கும் மின்மாற்றி போலத் தெரியவில்லை. அதன் வடிவமும், அதிலிருந்து செல்லும் தடிமனான வயர்களும் ஏதோ ஒரு பெரிய இயந்திரத்தின் பாகம் போலத் தெரிந்தன.

"தாத்தா இங்க உட்கார்ந்து என்ன பேசுவாருன்னு ஏதும் கவனிச்சிருக்கீங்களா?" என்று அந்த மின்மாற்றியையே பார்த்தபடி மெல்லக் கேட்டான் அருண்.

சுப்பையா தாத்தா குளத்தையே பார்த்தபடி சொன்னார், "புரியாத வார்த்தையா இருக்கும் தம்பி. 'தாமரை மலருது, ஆனா சூரியன் இல்லையே'ன்னுவாரு. சில நேரம் 'இந்தத் தண்ணிக்கு அடியில பெரிய ரகசியம் தூங்குது சுப்பையா'ன்னு சொல்லிட்டு என் முகத்தைப் பார்த்து பலமா சிரிப்பாரு. எனக்கு ஒண்ணுமே

புரியாது. ஏதோ வயசான காலத்துல அவர் விளையாட்டுக்குச் சொல்றாருன்னு நினைப்பேன்."

அருண் சட்டென்று நிமிர்ந்தான். 'தண்ணிக்கு அடியில ரகசியம்'. அவன் தனது பாக்கெட்டில் இருந்த வரைபடத்தை எடுத்துப் பார்த்தான். அவன் வரைந்த மின்சாரக் கோடுகள் இந்தக் குளத்தின் மையப்பகுதி வழியாகத்தான் ஒரு வளைவை ஏற்படுத்துகின்றன. அருண் அந்த டிரான்ஸ்பார்மரை நோக்கி இன்னும் நெருங்கி நடந்தான். அதன் அடியில் இருந்து ஒரு தடிமனான கேபிள் தரைக்குள் புதைக்கப்பட்டிருப்பதை அவன் நுணுக்கமாகக் கவனித்தான்.

"இந்த ட்ரான்ஸ்பார்மர் ரொம்பப் பழசா இருக்கே தாத்தா? இது இன்னும் வேலை செய்யுதா?"

"தெரியல தம்பி. ஆனா இதுல இருந்து வர்ற ஒரு சத்தம் மட்டும் ராத்திரி நேரத்துல ஊர் முழுக்கக் கேட்கும். ஊர்ல கரண்ட் இல்லாதப்பக்கூட இதுக்குள்ள ஏதோ ஒண்ணு ஓடுற மாதிரி ஒரு 'ம்ம்ம்னு' சத்தம் கேட்கும்," என்றார் சுப்பையா தாத்தா.

அருண் அதன் அருகில் சென்று காது கொடுத்துக் கேட்டான். மிக மெல்லிய, சீரான அதிர்வு. இது ஒரு சாதாரண ட்ரான்ஸ்பார்மர் அல்ல;

இது ஏதோ ஒரு பெரிய மின்சக்தியைச் சேமித்து வைக்கும் அல்லது திசைமாற்றும் ஒரு 'சுவிட்ச்' போலச் செயல்படுகிறது என்பதை அவனது பொறியாளர் மூளை எச்சரித்தது.

திடீரென்று அவனது போன் அதிர்ந்தது. ஒரு புதிய நோட்டிஃபிகேஷன்! அதே மர்ம மின்னஞ்சல் முகவரியிலிருந்து மீண்டும் ஒரு செய்தி வந்திருந்தது. அதில் ஒரு சிறிய வரைபடம் இருந்தது. அது ஒரு தாமரை இதழ் விரிவது போலவும், அதன் நடுவில் இந்தக் குளத்தங்கரையின் ஒரு பகுதி மின்னுவது போலவும் காட்டப்பட்டது. அதில் ஒரு வாசகம் மட்டும் இருந்தது:

"முதல் இதழ் திறக்கப்பட்டது. ஆழம் பார்க்க ஆசைப்படுபவன் முதலில் மூழ்கத் தயாராக இருக்க வேண்டும்."

அருணின் முதுகுத்தண்டில் ஒரு குளிர்ச்சி பரவியது. யாரோ ஒருத்தர் அவன் இப்போது இங்கே இருப்பதைத் துல்லியமாகக் கவனித்துக் கொண்டே இருக்கிறார்கள். அவன் சுற்றிலும் பார்த்தான். சுப்பையா தாத்தாவைத் தவிர அங்கே யாரும் இல்லை. குளத்து நீரில் பிரதிபலிக்கும் தன் முகத்தைப் பார்த்தான் அருண். அந்த அமைதியான நீருக்கு அடியில் தாத்தா புதைத்து வைத்திருக்கும்

அந்தத் தொழில்நுட்ப ரகசியம் என்ன? மூழ்கிப் பார்க்கத் துணிந்தால் அவனுக்குக் கிடைக்கப் போவது உண்மையா அல்லது ஆபத்தா?

11 நீருக்கு அடியில்

குளத்து நீரில் தெரிந்த தன் பிம்பத்தை அருண் உற்றுப் பார்த்தான். அங்கே தெரிந்தது வெறும் அவன் முகம் மட்டுமல்ல, பல தலைமுறைகளாக அமுதப்பட்டியின் மண்ணில் புதைந்து கிடக்கும் ஒரு மாபெரும் ரகசியத்தின் பிரதிபலிப்பு.

"ஆழம் பார்க்க ஆசைப்படுபவன் முதலில் மூழ்கத் தயாராக இருக்க வேண்டும்."

இந்த ஒரு வரி அவன் மூளையின் செல்களைத் துடிக்க வைத்தது. சுப்பையா தாத்தா மெல்ல எழுந்தார். "தம்பி, வெயில் ஏற ஆரம்பிச்சிருச்சு. நான் அந்தப் பக்கம் போய் தோட்டத்துக்காரன் கிட்ட பேசிட்டு வரேன். ஒரு பத்து நிமிஷம் ஆகும். நீங்க இங்கேயே அந்த அரச மரத்து நிழல்ல உட்காருங்க," என்று கூறிவிட்டு அருணுக்கு ஒரு தனிமையை கொடுத்துவிட்டு நகர்ந்தார். அவர் விலகிச் செல்லும் வேகத்தைப் பார்த்தால், அருண் ஏதோ செய்யப் போகிறான் என்பதைத் தெரிந்து கொண்டு அவர் அவகாசம் கொடுத்தது போல இருந்தது.

அருண் மெல்ல எழுந்து தனது பேன்ட் கால்களை மடித்துவிட்டு, குளத்தின் படிக்கட்டுகளில் இறங்கினான். இறங்கியபடியே

குளத்தை ஒரு நோட்டம் விட்டான். சாதாரணப் பார்வையில் அந்தக் குளம் ஒரு எதேச்சையான கிராமத்துக் குளமாகத் தான் தோன்றியது. 'நாம் தான் எல்லாவற்றையும் ஏதோ சந்தேகத்துடன் பார்க்கிறோமோ?' என்று அவன் நினைத்த வேளையில், அவனது கண்கள் ஒரு வித்தியாசத்தைக் கண்டறிந்தன.

அந்த அரச மரத்திற்கு மிக அருகில், குளத்தின் ஒரு குறிப்பிட்ட பகுதியில் மட்டும் நீரோட்டம் விசித்திரமாக மிகக் குறைவாக இருந்தது. மற்ற இடங்களில் மெல்லிய அலைகள் தெரிந்தாலும், அந்த ஒரு சதுர அடி பரப்பில் நீர் கண்ணாடி போல அசையாமல் நின்றது. 'கண்டிப்பாக இங்கே ஏதோ ஒரு கட்டுமானம் நீருக்கு அடியில் அந்த ஓட்டத்தைத் தடுக்கிறது' என்று அவன் யூகித்தான்.

நீர்மட்டம் குறைந்திருந்த அந்தப் பகுதிக்கு அவன் இறங்கினான். சேறும் சகதியுமாக இருந்த அந்த இடத்தில், அந்தத் துருப்பிடித்த பழைய டிரான்ஸ்பார்மரில் இருந்து ஒரு தடிமனான கேபிள் தரைக்குள் புதைந்து செல்வதை அவன் கண்டான். அது வெறும் மின்சார வயர் போலத் தெரியவில்லை; அது ஒரு அண்டர்கிரவுண்ட் காண்டூயிட்.

அவன் கைகளால் அந்தச் சேற்றை மெல்ல விலக்கினான். அவனது கை ஏதோ ஒரு கடினமான பொருளின் மீது மோதியது. அது கல்லோ அல்லது மண்ணோ அல்ல... அது உலோகம்!

அவன் வேகவேகமாகச் சேற்றை அகற்றினான். அங்கே ஒரு பித்தளைக் கதவு போன்ற அமைப்பு இருந்தது. அதன் மேல் ஒரு தாமரைச் சின்னம் மிக நுணுக்கமாகச் செதுக்கப்பட்டிருந்தது. வியப்பு என்னவென்றால், இத்தனை ஆண்டுகள் நீருக்கு அடியில் இருந்தும் அந்தப் பித்தளைக் கதவு ஒரு சிறு கறை கூட இல்லாமல் மின்னியது. அதை இழுத்த உடனே அந்த திரை நீரில் மேல் வந்தது.

அருண் அந்தக் கதவைத் திறக்க முயன்றான். அது அசையவில்லை. அதன் நடுவில் ஒரு சிறிய சதுர வடிவிலான பள்ளம் இருந்தது. அருண், சுப்பையா தாத்தாவிற்குத் தெரியாமல் காலையிலேயே அந்தப் பெட்டியிலிருந்து ஒரு சிறிய உலோகத் தகட்டை எடுத்திருந்தான். 'அது இப்போது உதவுமோ?' என்ற எண்ணம் அவனுக்குள் மின்னலாகத் தோன்றியது. உடனே படிக்கட்டுகள் மேலே ஏறி, அங்கிருந்த தன் பையிலிருந்து அந்த உலோகத் தகட்டை எடுத்து வந்தான்.

அதைச் சரியாக அந்தப் பித்தளைக் கதவின் பள்ளத்தில் பொருத்தி வலதுபுறமாக ஒரு சுழற்று சுழற்றினான்.

'க்ளிக்'

ஒரு மெல்லிய இயந்திரச் சத்தம். அந்தப் பித்தளைக் கதவு மெல்லப் பக்கவாட்டில் நகர்ந்தது. உள்ளே ஒரு சிறிய தொடுதிரை போன்ற அமைப்பு இருந்தது. ஆனால் அது நவீனக் கண்ணாடியால் ஆனது அல்ல; ஏதோ ஒரு வகை அரிய படிகத்தினால் செய்யப் பட்டிருந்தது.

அருண் தன் விரலை அதன் மேல் வைத்தான்.

"Identify User..."

அவன் விரல் பட்டதும் அந்தப் படிகத் திரை மெல்லிய நீல நிறத்தில் ஒளிரத் தொடங்கியது. அவனது டிஎன்ஏ மற்றும் இதயத் துடிப்பின் அதிர்வை அந்த இயந்திரம் நொடிப் பொழுதில் சரிபார்த்தது. அவனது விரல் நுனியிலிருந்து ஒரு சிறிய மின்சாரம் பாய்ந்து உடல் முழுக்க ஒரு சிலிர்ப்பை ஏற்படுத்தியது.

"Access Granted: Heir of the Lotus."

திரையில் ஒரு வரைபடம் விரிந்தது. அமுதப்பட்டியின் நிலத்தடி மின்சார வரைபடம்

அது! அதில் குளத்தங்கரையிலிருந்து கோபுரத்திற்கு ஒரு நீல நிறக் கோடு மின்னியது. ஆனால், தெற்குப் பகுதியில் இருக்கும் பழைய நூலகத்திற்கு நேராக அந்தச் சிக்னல் சிவப்பு நிறத்தில் நின்று கொண்டிருந்தது. அங்கே ஏதோ ஒரு தடை இருப்பதை அது காட்டியது.

"இந்த நெட்வொர்க்ல நூலகம் தான் ஒரு ஜங்ஷன் பாயிண்ட். ஆனா அங்க சிக்னல் கட் ஆகியிருக்கு..." என்று தனக்குள்ளே முணுமுணுத்தான்.

திடீரென்று பின்னால் ஒரு செருப்புச் சத்தம் கேட்டது. "தம்பி... கிளம்பலாமா? வெயில் தாளல," சுப்பையா தாத்தாவின் குரல் கேட்டது.

அருண் பதற்றத்துடன் அந்தப் பித்தளைக் கதவைத் தள்ளி மூடினான். அதன் மேல் சேற்றைப் பூசி மீண்டும் பழையபடி மறைத்துவிட்டு அவசரமாக எழுந்தான். "இதோ வந்திட்டேன் தாத்தா... இங்க ஏதோ பழைய இரும்புத் துண்டு மாதிரி இருந்துச்சு, அதான் என்னன்னு பார்த்தேன்," என்று மூச்சிரைக்க மழுப்பினான்.

சுப்பையா தாத்தா அவன் பதற்றத்தையோ, அவன் கைகளில் இருந்த ஈரத்தையோ கவனிக்காதவர் போல, "ஆமா தம்பி... உங்க தாத்தா

இந்த ஊர் முழுக்க எதையாவது நட்டு வச்சிருப்பாரு. சரி, பசிக்குது... வாங்க சாப்பிட்டுட்டு, சாயங்காலமா கோவிலுக்குப் போலாம். நாளைக்கு அந்தப் பழைய நூலகத்துக்குப் போவோம். உங்க தாத்தா அங்கதான் ரொம்ப நேரம் பழைய புஸ்தகத்தைப் புரட்டிக்கிட்டு இருப்பாரு," என்றார் இயல்பாக.

அருணுக்கு என்னதான் நூலகம் செல்ல மனம் முந்தினாலும், இன்று நடந்ததை அசை போடத் தனிமை தேவைப்பட்டது. 'எல்லாவற்றுக்கும் அவசரப்படக் கூடாது' என்று தனக்கே சொல்லிக் கொண்டான். இப்போது கோவிலுக்குச் செல்லும் இந்த வாய்ப்பை விட வேண்டாம் என்று முடிவு செய்தான். "எல்லாவற்றிற்கும் இந்தக் கோவில் தான் மூலம்" என்று தாத்தா அடிக்கடி சொல்வாரே... ஒருவேளை நூலகத்தின் அந்தச் சிக்னல் தடைக்கான விடை இந்தக் கோவிலில் இருக்குமோ?

அருண் மெல்ல எழுந்து கை கால்களைக் கழுவிக் கொண்டான். குளத்தின் ரகசியம் அவனது தேடலை இப்போது தையல் நாயகி கோவிலை நோக்கித் திருப்பியிருந்தது.

12 கோவில் நினைவுகள்

குளத்தங்கரையிலிருந்து கிளம்பிய அருணும் சுப்பையா தாத்தாவும், அருகிலிருந்த ஒரு சிறிய மெஸ்ஸிற்குள் நுழைந்தனர். 'லட்சுமி மெஸ்' என்ற அந்த உணவகத்தில் மதிய உணவின் மணம் அந்த இடத்தையே நிறைத்திருந்தது. அருணின் உடல் சோர்வுற்றிருந்தாலும், அவன் மூளை குளத்தில் கண்ட அந்தத் தாமரை வரைபடத்தைப் பற்றியே இடைவிடாமல் சிந்தித்துக் கொண்டிருந்தது.

மதிய உணவு பெரும்பாலும் அமைதியிலேயே கழிந்தது. அந்த மெஸ்ஸிற்குள் வந்தவர்கள் ஒவ்வொருவரையும் சுப்பையா தாத்தா அருணுக்கு அறிமுகப் படுத்தினார். "தம்பி, இவர் தான் மாணிக்கம். உங்க தாத்தா காலத்துல இருந்து இந்த ஊர் பஞ்சாயத்துல இருக்காரு," என்றார். மாணிக்கம் அருணைப் பார்த்து கைகூப்பி, "உங்க தாத்தா இருந்தப்ப இந்த ஊருக்கே ஒரு தனி கௌரவம் இருந்துச்சு தம்பி. அவர் ஒருமுறை சொன்னா அதுல ஒரு அர்த்தம் இருக்கும்," என்றார் உருக்கமாக.

அருணுக்கு எதுவும் மனதில் நிற்கவில்லை. உண்ட களைப்பு வேறு அவன் கண்ணைக்

கட்டியது. அவர்கள் காட்டிய அந்தப் பழைய பாசமும், அவன் தாத்தாவைப் பற்றி அவர்கள் சொன்ன கதைகளும் அவனுக்கு ஒரு கனவு போலத் தோன்றின. தாத்தா ஒரு ஆராய்ச்சியாளர் மட்டுமல்ல, இந்த ஊரின் ஒவ்வொரு வீட்டிலும் ஒரு அங்கமாக இருந்திருக்கிறார் என்பது அவனுக்குப் புதுத் தகவலாக இருந்தது.

சாப்பிட்டு முடித்துவிட்டு எழுந்த அருணைப் பார்த்த தாத்தா, "தம்பி... பாக்கவே ரொம்ப களைப்பா இருக்கீங்க. வீட்டுக்குப் போய் கொஞ்சம் ரெஸ்ட் எடுக்குறீங்களா?" என்று அக்கறையுடன் கேட்டார்.

அருண் மெல்ல மறுத்தான். "இல்ல தாத்தா... இப்போதைக்கு வீட்டுக்குப் போக வேண்டாம். இங்கேயே ஒரு மரத்தடியில கொஞ்ச நேரம் உட்கார்ந்து ரெஸ்ட் எடுக்குறேன்," என்றான். பேசியபடியே அவர்கள் இருவரும் குளத்தங்கரையில் இருந்த இன்னொரு பெரிய மரத்தின் கீழ் அமர்ந்தார்கள். அங்கிருந்து பார்த்தால் குளம் இன்னும் அழகாகத் தெரிந்தது.

சுப்பையா தாத்தா அங்கே அமர்ந்திருந்த சில ஊர் பெரியவர்களிடம் அருணின் தாத்தாவைப் பற்றிப் பேச ஆரம்பித்தார். அருண் கண்களை மூடி

அந்தப் பேச்சுகளைக் கேட்டுக் கொண்டே, தான் கண்ட அந்தப் பித்தளைக் கதவு மற்றும் டிஜிட்டல் வரைபடத்தை மனதில் அசை போட்டான். அந்தத் தொழில்நுட்பம் எப்படி இந்தக் கிராமத்து வாழ்வியலோடு கலந்திருக்கிறது என்பது அவனை வியக்க வைத்தது.

சற்று நேரம் ஓய்வெடுக்கலாம் என்று கண்களை மூடிய அருண், நிலவு எட்டிப் பார்க்கத் தொடங்கிய அந்தி நேரத்தில் தான் கண் விழித்தான். திடுக்கிட்டு எழுந்த அவன், சுற்றும் முற்றும் பார்த்தான். பகலில் இருந்த அந்த ஆரவாரம் இப்போது இல்லை. முன்னால் இருந்த ஊர்ப் பெரியவர்களைக் காணவில்லை, சுப்பையா தாத்தா உட்பட!

மனதில் ஒருவித எச்சரிக்கை உணர்வு எழ, அருண் பதற்றத்துடன் தனது உடைமைகளைப் பார்த்தான். அவனது பை அப்படியே அங்கேயே இருந்தது. காலையில் ரகசியமாக எடுத்து வந்த அந்தச் செப்புத் தகடு பையின் உள்ளே பத்திரமாக இருப்பதை உறுதி செய்து கொண்டான். நிம்மதியடைந்தவனாய், தண்ணீர் ஏதாவது இருக்கிறதா என்று தேடினான். அவன் தேடிக்கொண்டிருக்கும் போதே, அவசர நடையில் சுப்பையா தாத்தா அங்கே வந்து சேர்ந்தார்.

"தம்பி... நல்லா தூங்கினீங்களா? முழிச்சுப் பார்த்தப்போ என்னைக் காணோமேன்னு பயந்துட்டீங்களோ? ஒரு சின்ன வேலையா வெளில போனேன், அப்படியே தாகமா இருக்கும்னு தான் இதோ இளநீர் வாங்கிட்டு வந்தேன்," என்று மூச்சிரைக்கச் சொன்னார் தாத்தா.

அருண் அந்த இளநீரை வாங்கிக் குடித்தான். அந்த இனிப்பு அவன் உடலுக்குத் தேவையான சக்தியைத் தந்தது. மாலை வெயில் முற்றிலும் தணிந்து, அந்தி வெளிச்சம் படரத் தொடங்கியதும் அவர்கள் அமுதப்பட்டி தையல் நாயகி கோவிலை நோக்கி நடந்தனர். நிலவின் மெல்லிய வெளிச்சத்தில் கோவிலின் கோபுரம் ஒரு கம்பீரமான தோற்றத்தில் காட்சியளித்தது.

கோவிலுக்குள் நுழைந்த அருண், அமுதப்பட்டியின் ஆன்மா இந்தக் கோவிலில்தான் குடிகொண்டிருப்பதை உணர்ந்தான். அங்கே வந்தவர்கள் ஒவ்வொருவரும் தன் தாத்தாவைப் பற்றிப் பேசத் தொடங்கினர்.

"அய்யா எப்போ வந்தாலும் அந்தத் தெற்குப் பிரகாரத்துல இருக்குற சிற்பங்களை ரொம்பக் கூர்ந்து கவனிப்பாரு. பேரன் என்ன பண்ணப் போறானோ?" என்று அவர்கள் தங்களுக்குள் பேசிக்

கொண்டனர். அவர்கள் அனைவரும் அருணுக்கும் தாத்தாவுக்கும் உள்ள உருவ ஒற்றுமையைக் கண்டு, அவர்களது "பெரிய அய்யாவே" மீண்டும் நேரில் வந்தது போல் நெகிழ்ந்து சிலாகித்தனர். இவை அனைத்தும் அருணின் காதுகளில் விழுந்தது.

மக்களின் அந்த அதீத அன்பு அவனுக்கு ஒருவித மலைப்பைத் தந்தது. தன் தாத்தா வெறும் ஒரு ஆராய்ச்சியாளர் மட்டுமல்ல, இந்த ஊரின் நம்பிக்கையாக இருந்திருக்கிறார் என்பது அவனுக்குப் புரிந்தது. இந்த அன்பின் நடுவில் அவனது ஆராய்ச்சியை ரகசியமாகச் செய்ய ஏனோ அவன் மனதிற்கு இணங்கவில்லை. எனவே, அந்த அன்பில் நனைந்தவாறே சுப்பையா தாத்தாவுடன் வீடு திரும்பினான்.

வீடு திரும்பியதும், சுப்பையா தாத்தா வீட்டிலிருந்து வந்த இரவு உணவை அவருடனேயே அமர்ந்து உண்டான். உணவருந்தும் போது இன்னும் பல விஷயங்களைத் தாத்தாவைப் பற்றி அறிந்து கொண்டான். தாத்தா இந்தக் கோவிலுக்காக என்னவெல்லாம் செய்தார் என்பதைச் சிலாகித்துக் கூறினார் சுப்பையா தாத்தா. கோவிலின் குளத்தில் நீர் குறையாமல் இருக்கவும், கருவறையின் சில அமைப்புகளைப் பாதுகாக்கவும் அவர் செய்த

நுட்பமான வேலைகள் அருணுக்குப் புதிய உத்வேகத்தைத் தந்தன.

சுப்பையா தாத்தா விடைபெற்றுச் சென்ற பின், அந்த வீட்டை, குறிப்பாக அந்த மச்சு வீட்டை மீண்டும் ஒருமுறை கூர்ந்து ஆராய்ந்தான். நேற்று அந்த வீட்டைப் பார்த்தபோது ஏற்பட்ட மர்மமான உணர்வோ அல்லது பயமோ இன்று ஏற்படவில்லை. சிறு வயதில் தான் வந்து விளையாடிய அதே தாத்தா வீடு போலத்தான் இன்று அவனுக்குத் தோன்றியது.

மக்களின் அன்பு அவன் மனதிலிருந்த பயத்தைப் போக்கியிருக்க வேண்டுமா? அல்லது வீட்டிற்குள் இப்போது எரிந்து கொண்டிருக்கும் அந்தச் செயற்கை விளக்குகளின் வெளிச்சம் அந்த மர்மத்தை மறைக்கிறதா? அவனுக்குள் ஒரு கேள்வி எழுந்து மறைந்தது.

பிறகு தன் அறைக்குச் சென்று, அருண் தனது ரகசியக் குறிப்பேட்டை எடுத்தான். குளத்தங்கரை ரகசியம், தாத்தாவைப் பற்றி ஊர்மக்கள் சொன்ன தகவல்கள் என அனைத்தையும் கோர்வையாக எழுதினான். குறிப்பேட்டின் ஒரு பக்கத்தில் பெரிய எழுத்துக்களில் எழுதினான்:

"தையல் நாயகி கோவில் - மீண்டும் ஒரு நாள் தனியாகச் சென்று முழுமையாக ஆராய வேண்டும். தெற்குப் பிரகாரத்துச் சிற்பங்களுக்கும் வரைபடத்திற்கும் ஏதோ தொடர்பு இருக்கிறது."

செயற்கை விளக்குகள் அணைந்த பின், நிலவின் வெளிச்சம் ஜன்னல் வழியாக விழ, அருண் தன் தாத்தாவின் நினைவுகளுடன் அந்த நாளை நிறைவு செய்தான்.

13 அமுதப்பட்டி நூலகம்

மறுநாள் காலை, விடியலின் மெல்லிய வெளிச்சம் அமுதப்பட்டியைத் தழுவிக் கொண்டிருந்தது. ஆனால் அருணின் கண்கள் சரியாகத் தூக்கத்தைத் தழுவவில்லை. நேற்று குளத்தங்கரையின் நிலத்தடி அறையில், அந்த மர்மமான கண்ணாடித் திரைக்குப் பின்னால் ஒரு பச்சை நிறக் கோடு மின்னியதை அவனால் மறக்க முடியவில்லை. ஆனால், வரை படத்தின் மையப் பகுதியில் ஒரு சிவப்பு நிறத் தடை சிக்னலை மேற்கொண்டு நகர விடாமல் தடுத்துக் கொண்டிருந்தது. டிஜிட்டல் வரைபடத்தின்படி, அந்தத் தடை இருக்கும் இடம்—அமுதப்பட்டி ஊர் நூலகம்.

மனதின் பரபரப்பைக் கட்டுப்படுத்திக்கொண்டு காலைக் கடன்களை முடித்தான். நமக்கு என்னதான் பரபரப்பு இருந்தாலும், நூலகம் திறக்கணுமே என்று நினைத்தபடி, தனது அன்றாடக் கடமைகளில் கவனம் செலுத்தினான். இடையில் தனது மின்னஞ்சலில் ஏதாவது செய்தி இருக்கிறதா என்று பார்த்தான். ஒரு புதுச் செய்தியும்

இல்லை. நேற்றைய 'ஆழம் பார்க்கும்' செய்திக்கு அப்புறம் வேறு எதுவும் வரவில்லை.

"ஆழம் பார்க்கும்... இது வெறும் விளையாட்டா அல்லது ஒரு எச்சரிக்கையா?" என்று அவனுக்குள் ஒரு கேள்வி ஓடியது. அவனது மூளை கடந்த இரண்டு நாட்களின் நிகழ்வுகளுக்குள் சுழலத் தொடங்கியது. முற்றத்தில் குறுக்கும் நெடுக்கும் நடந்துகொண்டே தனது நினைவுகளை வரிசைப் படுத்திக்கொண்டிருந்தான். மச்சு வீட்டின் மர்மம், செப்புத் தகடு, குளத்தங்கரைக் கதவு... ஒவ்வொன்றும் ஒரு சங்கிலித் தொடர் போலத் தெரிந்தது.

"வரைபடத்தின் படி பார்த்தால் அந்தச் சங்கிலியின் அடுத்த கண்ணி நூலகத்தில்தான் இருக்கிறது. ஆனால் நடுவில் கோவில் எதற்காக இணைந்தது? ஒருவேளை அடுத்த கண்ணி கோவில்தானா?"

இந்தச் சந்தேகம் எழுந்த உடன் மறுபடியும் அவனது மூளை பழைய நிகழ்வுகளை வரிசைப்படுத்தப் பார்த்தது. எங்கோ ஒரு துருப்பு கிடைப்பது போல் உள்மனம் கூறிய வேளையில், அவனது நினைவுகளைக் கலைப்பது போலக் கதவு தட்டப்பட்டது. சட்டென நிகழ் உலகிற்கு

வந்தவன், "யார் இந்த நேரத்தில்?" என்று எரிச்சல் பட்டபடியே கதவை நோக்கிச் சென்றான்.

வாசலில் நின்றிருந்தவர் வேறு யாருமல்ல, அதே சுப்பையா தாத்தாதான் இன்றும் அவனது நினைவுகளைக் கலைத்திருந்தார். கையில் ஒரு செம்பும், வாயில் ஒரு புன்னகையுமாக நின்றிருந்தார்.

"என்ன தம்பி, காலையிலேயே நடைப்பயிற்சி ஆரம்பிச்சிட்டீங்களா? வீட்டுக்குள்ள ஏன் நடக்கறீங்க, காத்துவாக்குல வெளியில நடக்க வேண்டியதுதானே?" என்று கேட்டவாறே அருணின் முகத்தைப் பார்த்தார். "முகம் ஒரு மாதிரியா இருக்கு, சரியாத் தூக்கம் இல்லையோ?" என்று அக்கறையுடன் கேள்விகளை அடுக்கிக் கொண்டே இருந்தார் அந்த காலை வேளையில்.

அந்த அக்கறையில் அருண் மெல்லத் தன் நிலைக்கு வந்தவனாக, மெல்லச் சிரித்துவிட்டு, "ஒண்ணுமில்ல தாத்தா, கொஞ்சம் யோசனையில இருந்தேன். இன்னைக்கு நூலகம் பக்கம் போகணும். அங்க போக அனுமதி கிடைக்குமா?" என்று நேரடியாக விஷயத்திற்கு வந்தான்.

"அதுக்கென்ன தம்பி, தாராளமாப் போகலாம். உங்க தாத்தா இருந்தப்ப அந்த நூலகத்துக்குத்

தேவையான நிறையப் புத்தகங்களை அவர்தான் வாங்கிக் கொடுத்தாரு. என்கிட்டயும் ஒரு சாவி இருக்கு, எப்போ வேணா போலாம்," என்றவர், "முதல்ல காபி குடிங்க, முகமே சரியில்லை," என்று காபியை நீட்டினார்.

அருணும் அவனது அவசரத்தை மறைத்தவாறே காபி வாங்கி குடித்தான். "தாத்தா, அன்னைக்கே கேட்கணும்னு நினைச்சேன்... இது இந்த ஊர் காபியா இல்லை உங்க வீட்டு காபியான்னு தெரியலை, ஒரு நல்ல சுவை இருக்கு. அமெரிக்காவில எத்தனை வகை காபி குடிச்சாலும் இந்தச் சுவைக்கு ஈடாகாது. என்ன விசேஷம் தாத்தா?"

தாத்தா சிரித்தவாறே, "அதெல்லாம் ஒன்னும் இல்லை தம்பி, இந்த ஊரோட மண்ணும் தண்ணியும் தான் எல்லா சுவைக்கும் காரணம்," என்று ரொம்ப சாதாரணமாகக் கூறினார். அந்தப் பதிலில் இருந்த எளிமை அருணை ஒரு நிமிடம் சிந்திக்க வைத்தது. "இந்த ஊரின் தண்ணீரில் மர்மம் மட்டும் இல்லை, வேறு ஏதோ கலந்திருக்கிறது" என்று தனது மனக்குறிப்பில் சேர்த்துக்கொண்டான்.

ஊர்க் கதையைப் பேசியபடியே காலை உணவை முடித்துக் கொண்டனர். மணி ஒன்பதிற்கு

மேல் ஆகி இருந்தது. இதற்கு மேல் காலத்தைக் கடத்தக் கூடாது என்று முடிவெடுத்து அருண் வெளியே கிளம்ப ஆயத்தமானான். இருவரும் அந்த காலை வெயிலை அனுபவித்தவாறே வீதியில் நடந்தனர். சிறிது நேரத்தில் அவர்கள் அமுதப்பட்டி நூலகத்தை அடைந்தனர்.

அது ஒரு பழங்காலத்துச் சுண்ணாம்பு கட்டடம். சுப்பையா தாத்தா கொண்டு வந்த பழைய இரும்புச் சாவியைக் கொண்டு திறந்தபோது, காகிதத்தின் பழைய நெடியும், தூசியின் மணமும் அருணை வரவேற்றன. சுப்பையா தாத்தா ஒரு பழைய துணியை எடுத்துக்கொண்டு, "தம்பி, நீங்க பாட்டுக்குத் தேடுங்க. நான் அப்படியே இந்த மேஜை, நாற்காலி எல்லாம் கொஞ்சம் தூசி தட்டுறேன்," என்று தனது வேலையைத் தொடங்கினார்.

அருண் மெல்ல அந்தப் பழைய அலமாரிகளை நோக்கி நகர்ந்தான். சுப்பையா தாத்தா கண் படாமல் புத்தக அடுக்குகளுக்குள் சென்று, தான் வரைந்த அந்த வரைபடத்தை எடுத்துப் பார்த்தான். வரைபடம் காட்டிய அந்தச் சிவப்புப் புள்ளி, நூலகத்தின் மேற்கு மூலையைக் காட்டிக் கொடுத்தது. அங்கு மெல்லச் சென்று பார்த்தான். அங்கிருந்த இரும்பு அலமாரியை நோட்டமிட்டான். அங்கே தூசி படிந்த தடிமனான இயற்பியல்

புத்தகங்களும், சில மர்மமான முறையில் கட்டப்பட்ட ஓலைச்சுவடிகளும் அடுக்கி வைக்கப்பட்டிருந்தன.

சுப்பையா தாத்தா அந்த அலமாரியைத் துடைப்பது போல அருணை நெருங்கி வந்தார். "இந்த இடத்துல உங்க தாத்தா ரொம்ப நேரம் செலவு செய்வாரு தம்பி. குறிப்பாக இந்த நடுவுல இருக்குற அடுக்கை அடிக்கடிப் புரட்டிட்டு இருப்பாரு. ஏதோ முக்கியமான கணக்கு இருக்குன்னு சொல்லுவாரு," என்று ஒரு குறிப்பிட்ட வரிசைப் புத்தகங்களை அவனுக்குக் காட்டினார்.

அருண் அந்தத் தடிமனான புத்தகத்தை வெளியே எடுத்தான். அதன் முதல் பக்கத்தைத் திருப்புவதற்குள், அவனது கை விரல்களில் ஒரு மெல்லிய மின்சார அதிர்வு பாய்வது போல இருந்தது.

அந்த நொடி அவனுக்குத் தெரிந்திருக்க வாய்ப்பில்லை—அவன் அந்தப் புத்தகத்தைத் தொட்ட அதே கணத்தில், மைல்களுக்கு அப்பால் குளத்தங்கரையின் நிலத்தடி அறையில் மர்மமாக மின்னிக்கொண்டிருந்த அந்தப் பெரிய கண்ணாடித் திரையில், வரைபடத்தை மறைத்துக் கொண்டிருந்த அந்தச் சிவப்பு நிறத் தடை மெல்ல மறைந்து, பச்சை நிறப் பாதையாக மாறியிருந்தது.

ஒரு பழங்காலப் புத்தகத்தைத் தொட்டது எப்படி நிலத்தடியில் இருக்கும் ஒரு டிஜிட்டல் திரையை மாற்றியது?

அருணின் கண்கள் இதைக் காண வாய்ப்பில்லை என்றாலும், அவனது ஆழ்மனம் ஏதோ ஒன்றை உணரத் துடித்தது. இன்று அதிகாலை அவன் எழுப்பிய அந்தச் சந்தேகம்—அடுத்த கண்ணி நூலகமா அல்லது கோவிலா?—என்பது இப்போது ஒரு விசித்திரமான முடிச்சை அவனுக்குள் போட்டது. நூலகத்தில் அவன் கையில் இருக்கும் இந்தப் புத்தகம், அவனுக்குத் தெரியாமலே எங்கோ ஒரு கதவைத் திறந்துவிட்டிருந்தது. ஒருவேளை அவன் தேடும் தர்க்கம் அவனது பார்வையில் படாத ஒரு புள்ளியில் ஏற்கனவே வேலை செய்யத் தொடங்கிவிட்டதோ?

அருண் அந்தப் புத்தகத்தை மெல்லப் புரட்டினான். காகிதத்தின் தடிமனுக்குள் மிக மெல்லிய உலோக இழைகள் பின்னப்பட்டிருப்பதை அவனது கண்கள் கண்டறிந்தன. "ஆமா தாத்தா, ரொம்ப அபூர்வமான புத்தகமாத் தெரியுது," என்று சொன்ன அருண், அந்தப் புத்தகத்தையும் அங்கிருந்த ஒரு பழைய ஓலைச்சுவடியையும் எடுத்துக்கொண்டு

மேஜையில் அமர்ந்தான். அவனது கைரேகை அந்தப் புத்தகத்தின் அட்டையில் பட்டதுமே, அமுதப்பட்டியின் நிலத்தடிக்கு அடியில் உறங்கிக் கொண்டிருந்த ஏதோ ஒரு மாபெரும் வலைப்பின்னல் விழித்துக்கொண்டது.

14 குறியீடுகளின் மொழி

தூங்கிக் கொண்டிருந்த அந்த மாபெரும் வலைப்பின்னல் விழித்துக்கொண்டதை அறியாத அருண், அந்தப் புத்தகத்தையும், அதன் அருகே இருந்த ஒரு பழைய ஓலைச்சுவடியையும் எடுத்துக் கொண்டு நூலகத்தின் ஒரு மூலையில் இருந்த மர மேஜையில் அமர்ந்தான். அந்தப் பழைய மேஜையின் மேல் படிந்திருந்த தூசி, அவன் லேப்டாப்பை வைத்தபோது ஒரு மேகம் போல எழும்பியது. அதை ஒரு பொருட்டாக மதிக்காமல், அவன் தனது கவனத்தை அந்த ஓலைச் சுவடியின் மீது செலுத்தினான்.

அவன் தனது லேப்டாப்பைத் திறந்து, ஒரு சிறிய ஸ்கேனர் மூலம் அந்த ஓலைச்சுவடியைப் படம்பிடித்தான். ஓலைச்சுவடியில் இருந்த தமிழ் எழுத்துக்களின் அமைப்பு வழக்கமான இலக்கிய நடை போல இல்லை. ஒவ்வொரு வரிக்கும் கீழே சில நுணுக்கமான புள்ளிகளும், கோடுகளும் இடப் பட்டிருந்தன. அருணின் கண்கள் விரிந்தன.

அவன் லேப்டாப் அந்தப் புள்ளிகளைப் பகுப்பாய்வு செய்தபோது, திரையில் 0 மற்றும் 1 என எண்கள் மின்னின. பல தசாப்தங்களுக்கு முன்பே,

அதாவது நவீனக் கணினிகள் இந்தியாவில் கால்பதிப்பதற்கு முன்பே, அருணின் தாத்தா ஒரு கணினி மொழியின் தர்க்கத்தை, தமிழ் எழுத்துக்களுக்குப் பின்னால் ரகசியமாகப் பொதிந்து வைத்திருந்தார்.

"ஏன் தாத்தா டிஜிட்டல் முறையில் சேமிக்காமல் ஓலைச்சுவடியைத் தேர்ந்தெடுத்தார்?" அருண் யோசித்தான். ஒருவேளை காந்தப் புலங்கள் தரவுகளை அழித்துவிடும் என்பதால், காலத்தால் அழியாத இந்த முறையைத் தேர்ந்தெடுத்தாரா? அல்லது ஒரு தொழில்நுட்ப வாதியின் பார்வையில் யாரும் சந்தேகப்படாத இடமாக இது இருந்ததா? எது எப்படியோ, அந்த ஓலைச்சுவடி என்பது தாத்தா உருவாக்கிய ஒரு அனலாக் என்க்ரிப்ஷன் முறை.

அருண் லேப்டாப்பில் அந்தத் தரவுகளைச் செயல்படுத்தியபோது, திரையில் ஒரு புதிய அறிவிப்பு மின்னியது: "NETWORK INTERFACE DETECTED - WAITING FOR HANDSHAKE".

அருண் திகைத்துப்போய் நிமிர்ந்தான். "தாத்தா... இது வெறும் லைப்ரரி இல்லை. இங்க இருக்கிற ஏதோ ஒரு விஷயம் ஊருக்கு அடியில இருக்கிற ஒரு பெரிய நெட்வொர்க் கூட கனெக்ட் ஆகுது. தாத்தா இங்க என்னதான் பண்ணி வெச்சிருக்காரு?" என்று வியப்புடன் கேட்டான்.

அதன் தீவிரத்தைப் புரிந்து கொண்டது போல் சுப்பையா தாத்தா தூரத்திலிருந்த அல மாரியைத் துடைத்தபடியே பதில் சொன்னார்.

"எனக்கு இந்த மெஷின் வித்தை எல்லாம் தெரியாது தம்பி. ஆனா உங்க தாத்தா இந்த புத்தகங்களை எல்லாம் அடுக்கி வைக்கும்போது அடிக்கடி ஒன்னு சொல்லுவாரு... 'சுப்பையா, இந்த ஊர் மண்ணுக்கு அடியில ஒரு பெரிய விசை தூங்கிட்டு இருக்கு. அதைச் சரியா இயக்கத் தெரிஞ்சவங்க கையில அது அமுதமா இருக்கும், தெரியாதவங்க கையில அது அழியா நெருப்பா மாறும்'னு சொல்லுவாரு. அப்போ அவர் எதைச் சொன்னாருன்னு எனக்குப் புரியல, ஆனா இப்போ நீங்க அந்தப் புத்தகத்தில எதையோ பார்த்துட்டு மிரளுறதைப் பார்த்தா அவர் சொன்னது நிஜம்னு தோணுது," என்றார்.

அந்தப் பேச்சின் ஆழத்தில் அருண் மூழ்கியிருந்த அந்த நொடியில் தான், ஜன்னல் வழியாக ஒரு பலமான வெளிச்சம் உள்ளே வந்து மறைந்தது. புழுதியைக் கிளப்பிக்கொண்டு இரண்டு வெள்ளை நிற நவீன சொகுசு வாகனங்கள் ஊர் மந்தை மரத்தை நோக்கி வந்து நின்றன. அமுதப்பட்டி போன்ற ஒரு குக்கிராமத்திற்கு இத்தகைய வாகனங்கள் வருவது

சாதாரணமல்ல. அருண் ஜன்னல் வழியாக எட்டிப் பார்த்தான். அந்த வாகனங்களில் இருந்து நான்கு பேர் இறங்கினார்கள். அவர்கள் கையில் இருந்த கருவிகள்—நிலத்தடி அதிர்வுகளை அளக்கும் நவீன சென்சார்கள்—அருணின் இதயத் துடிப்பை அதிகரிக்கச் செய்தன.

"அவங்க சிக்னலைத் தேடி வந்துட்டாங்க!" என்று அருண் பதறினான். நூலகத்தில் அவன் அந்தச் சிவப்புத் தடையை நீக்கியபோது ஏற்பட்ட அந்தத் திடீர் சிக்னல் மாற்றத்தை, எங்கோ தூரத்தில் இருந்து கவனித்துக் கொண்டிருந்தவர்கள் இப்போது இங்கே வந்துவிட்டார்கள்.

"சுப்பையா தாத்தா... அவங்க கையில இருக்கிறது சாதாரணக் கருவி இல்லை. அவங்க இந்த ஊருக்கு அடியில் இருக்கிற ஏதோ ரகசியத்தைத்தான் தேடி வந்திருக்காங்க. நான் இங்க இருக்கிறது ஏதாவது பிரச்சினையா முடிய வாய்ப்பிருக்கு. அதனால நான் இப்போ இங்க இருக்கிறது அவங்களுக்குத் தெரியக் கூடாது," என்றான் அருண்.

சுப்பையா தாத்தா நிலைமையைப் புரிந்துகொண்டார். அருணின் கையைப் பிடித்து நூலகத்தின் இருட்டான ஒரு பகுதிக்கு அழைத்துச் சென்றார். அங்கிருந்த ஒரு பழைய மர

அலமாரியைச் சற்றே நகர்த்த, அதன் பின்னால் ஒரு சிறிய கதவு இருந்தது.

"தம்பி, நீங்க பையை எடுத்துக்கோங்க. அவங்க வண்டிங்க முன்னால நிக்குது, நீங்க இந்த பின்வாசல் வழியாப் போயிடுங்க. இந்த வழி நேராப் போய் குளத்தோட வடக்குப் பக்கம் முடியும். அங்க இருந்து நீங்க யாரு கண்ணுலயும் படாம மச்சு வீட்டுக்குப் போயிடலாம். நான் இங்கேயே இருந்து அவங்களைச் சமாளிக்கிறேன்," என்றார்.

அருண் தனது லேப்டாப்பை மூடிவிட்டு, அந்தப் பழைய புத்தகத்தையும் ஓலைச்சுவடியையும் தனது பையில் பத்திரமாக அமுக்கினான். அவன் அந்தப் பழைய கதவின் இடுக்கில் புகுந்து வெளி யேறினான். முட்செடிகளுக்கு இடையே பதுங்கி நடந்தபோது, அவனது கைப்பேசி மெல்ல அதிர்ந்தது. புதிய மின்னஞ்சல் வந்திருந்தது: "ஆழம் பார்த்தது போதும்... இப்போது புதையலைத் தேடும் நேரம் ஆரம்பம்."

15 நிழல்களின் நடமாட்டம்

"ஆழம் பார்த்தது போதும்... இப்போது புதையலைத் தேடும் நேரம் ஆரம்பம்."

தனது மொபைல் திரையில் மின்னிய அந்த வாசகம், இதற்கு முன் வந்த மர்ம மின்னஞ்சல்களைப் போல இல்லை. அது அருணின் அடிவயிற்றில் ஒரு மெல்லிய நடுக்கத்தை ஏற்படுத்தியது. அதுவரை ஏதோ ஒரு சுவாரஸ்யமான தேடலில் இருப்பதாக நினைத்துக் கொண்டிருந்த அருண், இப்போது தான் தனக்கு எதிரே ஒரு நிஜமான ஆபத்து இருப்பதை உணர்ந்தான்.

இன்னும் காலம் கடத்துவது நல்லதல்ல என்று அவனது உள்ளுணர்வு எச்சரித்தது. நூலகத்தின் பின்வாசல் வழியாக வெளியேறியவன், மச்சு வீட்டை நோக்கி கிட்டத்தட்ட ஓடத் தொடங்கினான். மங்கலான வெளிச்சத்தில் வழி சரியாகத் தெரியாமல், புதர் மண்டிய முட்செடிகளுக்கு இடையே புகுந்து அவன் ஓடியபோது, கூர்மையான முட்கள் அவனது கைகளையும் கால்களையும் பதம் பார்த்தன. ஆனால், அந்தச் சிராய்ப்புகளைக்

கூடக் கவனிக்க அவனுக்கு நேரமோ, மனமோ இல்லை.

குளத்தங்கரை வந்தடைந்தவுடன், நேற்று தான் சந்தித்த அந்த ஊர் பெரியவர்கள் அதே மேடையில் அமர்ந்து பேசிக்கொண்டிருப்பதை அருண் கண்டான். அவர்களைப் பார்த்ததும் அவனது மனதிற்குள் ஒரு தெம்பு வந்தது. தான் பாதுகாப்பான இடத்திற்கு வந்துவிட்டோம் என்ற உணர்வு ஏற்பட, தனது ஓட்டத்தை நிறுத்தி நடையை நிதானப்படுத்தினான்.

அப்போதுதான், உணவு நேரம் எப்போதோ தள்ளிப் போயிருந்ததை அவனது வயிறு நினைவுபடுத்தியது. வழக்கமாகச் செல்லும் அதே மெஸ்ஸிற்குச் சென்று இரண்டு உணவுப் பொட்டலங்களை வாங்கினான். "என்ன தம்பி... உடம்பெல்லாம் இப்படிச் சிராய்ப்பா இருக்கு?" - மெஸ்காரரர் பொட்டலங்களைக் கட்டிக்கொண்டே அக்கறையுடன் கேட்டார். "அது... அங்க ஒரு செடியைப் பார்க்கப் போனேன், தெரியாம முள்ளுல விழுந்துட்டேன்," என்று ஏதோ மழுப்பிவிட்டு உணவுப் பொட்டலங்களை வாங்கிக் கொண்டு அங்கிருந்து வேகமாக நகர்ந்தான்.

மச்சு வீட்டின் உள்ளே நுழைந்த அருண், மூச்சிரைக்கக் கதவைச் சாத்தினான். அருண் மாடிக்குச் சென்று ஜன்னல் வழியாக வீதியைப் பார்த்தான். அந்த வெள்ளை நிற நவீன சொகுசு வாகனங்கள் இன்னும் மந்தை மரத்தின் அடியில் அப்படியே நின்றிருந்தன. அவற்றின் முகப்பு விளக்குகள் மங்கலாக எரிந்து கொண்டிருப்பது தெரிந்தது. சற்று நேரத்தில், நூலகத்திலிருந்து ஒரு உருவம் வெளியே வருவதை அருண் கண்டான். அது சுப்பையா தாத்தாவாகத்தான் இருக்க வேண்டும். அவர் நூலகத்தை விட்டுச் சாதாரணமாக வெளியே வந்து, அந்த வாகனங்களில் இருந்தவர்களிடம் ஏதோ பேசி விட்டுத் வீட்டை நோக்கி நிதானமாக நடந்து கொண்டிருந்தார்.

அருண் கீழே இறங்கி வந்து கதவைத் திறந்தான். வெளியே சுப்பையா தாத்தா நின்று கொண்டிருந்தார்.

சுப்பையா தாத்தா உள்ளே வந்து ஒரு நாற்காலியில் அமர்ந்தார். "நிதானமா இருங்க தம்பி. அவங்க ஏதோ அரசாங்கத்துல இருந்து வர்றதாச் சொன்னாங்க. இந்த ஊர்ல நிலத்தடி நீரோட்டம் பத்தி ஆராய்ச்சி பண்ணப் போறாங்களாம். 'திடீர்னு

இங்க ஏதோ அதிர்வு தெரியுது, நூலகத்துக்குள்ள யாராவது போனாங்களா?'ன்னு கேட்டாங்க."

அருண் அதிர்ச்சியுடன் தாத்தாவைப் பார்த்தான். "நீங்க என்ன சொன்னீங்க?"

"நான் என்ன சொல்லுவேன் தம்பி? 'நூலகம் பூட்டித்தான் இருக்கு, சாவியும் என்கிட்டதான் இருக்கு'ன்னு சொல்லிட்டேன். கொஞ்ச நேரம் நூலகத்தைச் சுத்திப் பார்த்துட்டு, 'நாங்க நாளைக்கு வருவோம்'னு சொல்லிட்டு வண்டியிலேயே உட்கார்ந்திருக்காங்க. ஆனா அவங்க கவனம் என்னவோ நிலத்துலதான் இருந்தது. எதையோ தேடிக்கிட்டே இருக்காங்க. அநேகமா இங்கதான் இருப்பாங்க போல இருக்கு," என்றார் தாத்தா.

அருண் மீண்டும் மாடிக்குச் சென்று ஜன்னல் வழியாக அந்த வெள்ளை வாகனங்களை மீண்டும் ஒருமுறை பார்த்தான். அவனுக்குள் ஆயிரம் எண்ணங்கள் ஓடினாலும், அவற்றைச் சுப்பையா தாத்தாவிடம் இப்போதே முழுமையாகச் சொல்ல அவன் விரும்பவில்லை. "அப்படியா தாத்தா... அரசாங்க அதிகாரிங்கன்னா இவ்வளவு சீக்கிரம் இங்க வர மாட்டாங்களே? ஏதோ மர்மமா இருக்கு. நாம கொஞ்சம் கவனமா இருக்கிறது நல்லது தாத்தா. அவங்க திரும்பவும் நூலகத்துக்கிட்ட

வந்தா என்கிட்ட உடனே சொல்லுங்க," என்று மட்டும் சொன்னான் அருண்.

"நிச்சயமா தம்பி. நம்ம ஜாக்கிரதையா இருப்போம்," என்று கூறிவிட்டுச் சுப்பையா தாத்தா தொடர்ந்தார். "எனக்கு என்னவோ பசி வயித்தைக்கிள்ளுது, நீங்களும் இன்னும் சாப்பிடல இல்ல? வெளியில போகணுமா? இல்ல நான் ஏதும் வாங்கிட்டு வரவா?" என்று மிகுந்த அக்கறையோடு கேட்டார்.

அருண் மென்மையாகச் சிரித்தான். "இல்லை தாத்தா, வரும்போதே மெஸ்ஸுல வாங்கிட்டு வந்துட்டேன். வாங்க சாப்பிடலாம்," என்று கூறி உணவை எடுத்தான். அருண் உணவைப் பகிர்ந்து கொண்ட அந்த வினாடி, சுப்பையா தாத்தாவின் மனம் அவன் முதன்முதலில் ஊருக்குள் வந்த அந்தத் தருணத்திற்குச் சென்று வந்தது. 'ஒரே நாளில் இந்தத் தம்பி தான் நகரத்துக்காரன் என்ற கர்வத்தை மறந்து எனக்கும் சேர்த்து யோசிக்குதே... பெரிய ஐயாவோட வளர்ப்பு வீண் போகல' என்று மனதிற்குள் நினைத்துக் கொண்டார்.

அவர்கள் இருவரும் அந்தப் பழைய மச்சு வீட்டின் அமைதியில் அமர்ந்து பேசிக்கொண்டே சாப்பிட்டனர். அந்த உணவின் சுவையை விட, அவர்களுக்கிடையே உருவான அந்தப் பிணைப்பு

ஆழமாக இருந்தது. சாப்பிட்டு முடித்ததும், "சரிங்க தம்பி, அப்போ நான் கிளம்பறேன். கதவைப் பத்திரமா பூட்டிக்கோங்க," என்று கூறிவிட்டுச் சுப்பையா தாத்தா விடைபெற்றுச் சென்றார். அவர் சென்ற பிறகு, அருண் மச்சு வீட்டின் கதவுகளைப் பத்திரமாகத் தாழிட்டான்.

அவன் தனது லேப்டாப்பைத் திறந்து, ஜன்னல் வழியாகத் தெரிந்த அந்த வாகனங்களின் அடையாள எண்களை ரகசியமாகக் குறித்து வைத்தான். அந்த மின்னஞ்சல் வந்த ஐபி முகவரியைத் தேடியபோது, அது ஒரு மறைக்கப்பட்ட சர்வரில் இருந்து வந்தது தெரிந்தது. "புதையல்" என்று அவர்கள் குறிப்பிடுவது எதை? ஒரு தொழில்நுட்பவாதியாக அவனுக்குத் தெரியும்—இக்காலகட்டத்தில் தகவல்களும், ஆற்றலும்தான் மிகப் பெரிய புதையல்கள். அதைத்தானே தாத்தாவும் இந்த புத்தகங்கள் மூலமாகச் சொல்கிறார்?

மறுபடியும் அவனது லேப்டாப்பை எடுத்து நூலகத்தில் விட்ட Decryption வேலையைத் தொடங்கினான்."NETWORK INTERFACE DETECTED - ATTEMPTING HANDSHAKE... SIGNAL STRENGTH: 12% - SIGNAL WEAK"

திரை அந்த எச்சரிக்கையைக் காட்டியது. "சிக்னல் இவ்வளவு பலவீனமாக இருக்கிறது என்றால், டிரான்ஸ்மிட்டர் இந்த வீட்டிற்குள்ளேயே அல்லது மிக அருகில் எங்கோ இருக்கிறது," என்று அருண் யோசித்தான்.

ஓலைச்சுவடியை மெல்ல எடுத்து அடுத்த பக்கத்தை ஆராய்ந்தான். கண்களில் சோர்வு அழுத்தியது. இது இன்று இரவு முடிக்கும் காரியம் இல்லை என்று உணர்ந்தவனாக லேப்டாப்பை அணைத்துவிட்டு, அந்தப் பழைய புத்தகத்தையும் ஓலைச்சுவடியையும் தனது தலைமாட்டில் பத்திரமாகத் தழுவியபடி படுத்துக்கொண்டான். ஜன்னல் வழியாக ஊடுருவிய நிலவொளி அந்த அறையில் ஒரு மர்மமான நிழலாட்டத்தை உருவாக்கியது.

அந்த வெள்ளை வாகனங்களின் நிழல்கள் அமுதப்பட்டியின் இரவில் ஒரு புயலுக்குக் காத்திருப்பது போலத் தெரிந்தன.

16 மர்மத்தின் நிழல்கள்

அலாரத்தின் மெல்லிய அதிர்வு அருணை எழுப்பியது. அதிகாலையின் நிசப்தத்தில் அந்தச் சிறு அதிர்வு ஒரு நிலநடுக்கத்தைப் போல அவனுக்குப் பட்டது. அவன் படுத்திருந்த அறையில் இருள் இன்னும் முழுமையாக அகலவில்லை; ஜன்னல் இடுக்குகள் வழியாகக் கசிந்த மங்கலான நீலநிற வெளிச்சம் மட்டுமே அந்த அறையின் எல்லைகளைத் தீர்மானித்தது.

வெளியே நிலவிய குளிருக்கு நேர்மாறாக, போர்வைக்குள் ஒரு இதமான கதகதப்பு இருந்தது. அந்தச் சுகமான உறக்கத்தை விட்டுப் பிரிய மனம் தயங்கினாலும், வெளியே விடிய விடியக் காத்திருக்கும் அந்த மர்ம வாகனங்களின் நினைப்பு அவனை உந்தித் தள்ளியது. ஒரு பெருமூச்சுடன் அந்தப் போர்வைக்குள் இருந்த கதகதப்பை உதறிவிட்டு எழுந்தான். தரையில் கால் வைத்தபோது, கல் தரையின் சில்லிப்பு அவனது உள்ளங்கால்களைத் தாக்கியது. அந்த ஜில்லிப்பு அவனது தூக்கத்தைச் சட்டென்று கலைத்து, மூளையைச் சுறுசுறுப்பாக்கியது.

அருண் மெல்ல எழுந்து, அந்தப் பழைய மரப்படிக்கட்டுகளில் ஏறினான். ஒவ்வொரு அடியும் அவனுக்கு ஒரு விதமான ஒலியை எழுப்பியது போல் இருந்தது. முதல் நாள் இந்த வீட்டிற்குள் வந்தபோது இருந்த அந்த இனம் புரியாத பயம் இப்போது போய், இந்த இடத்தின் மீது ஒரு நெருக்கமும் பரிச்சயமும் வந்திருந்தது.

மச்சு வீட்டின் மாடிக்குச் சென்றவன், அங்கே இருந்த சிறிய மர ஜன்னலின் அருகே சென்றான். அதன் தாழ்ப்பாளை மெல்லத் திறந்தான்; சுப்பையா தாத்தா எண்ணெய் விட்டுச் சரி செய்திருந்ததால், அது எந்தச் சத்தமும் இல்லாமல் அவனுக்கு ஒத்துழைத்து மென்மையாகத் திறந்துகொண்டது. அந்தச் சிறிய ஜன்னல் வழியாக வெளியே பார்த்தான். அமுதப்பட்டியின் தெருக்கள் பனிமூட்டத்தில் மூழ்கிக்கிடந்தன. மந்தை மரத்தடியில் நின்றிருந்த அந்த வெள்ளை நிற சொகுசு வாகனங்கள், அடர்ந்த பனித் திரைக்குப் பின்னால் பதுங்கி யிருக்கும் ராட்சத மிருகங்களைப் போலத் தெரிந்தன. அவர்கள் விடிய விடிய அங்கேயே தான் இருந்திருக்கிறார்கள்.

அருண் தனது கைகளை ஜன்னல் சட்டத்தின் மீது இறுக்கினான். இன்று சுப்பையா தாத்தா இல்லை. இந்த மச்சு வீட்டின் பாதுகாப்பில் அவன்

ஒருவன் மட்டுமே இருக்கிறான். யாருடைய குறுக்கீடும் இல்லாமல், எதற்காக தன்னை இங்கே வரவழைத்தார்கள் என்பதைத் தேட இதுவே சரியான தருணம். மாடியில் இருந்தபடியே பார்த்தபோது, அந்த வெள்ளை நிற வாகனத்தின் கதவு திறக்கப் பட்டது. அதிலிருந்து ஒருவன் கீழே இறங்கினான். அவனது கையில் இருந்த கருவி அவ்வப்போது நீல நிறத்தில் மின்னியது. அவன் ஒரு நிமிடம் கோபுரத்தின் உச்சியைக் கூர்ந்து பார்த்துவிட்டு, பிறகு தனது கருவியைத் தரையை நோக்கித் திருப்பி எதையோ அளவெடுத்த படி மெல்ல நடக்கத் தொடங்கினான்.

அருண் சட்டென்று கீழே இறங்கி வந்தான். முதலில் அவன் அந்த ஓலைச்சுவடியையும் பழைய புத்தகத்தையும் பாதுகாப்பான இடத்தில் மறைக்க வேண்டும். அவன் மீண்டும் மாடிக்குச் சென்று, அங்கே இருந்த ஒரு பழங்காலத்துப் பெட்டியைத் திறந்தான். அந்தப் பெட்டி சாதாரணமானது அல்ல; அருண் ஏற்கனவே கண்டறிந்தபடி, அது அருணின் கைரேகை அல்லது அவனது டிஎன்ஏ சார்ந்த ஒரு பயலாஜிகல் லாக்கால் மட்டுமே திறக்கக்கூடிய வகையில் வடிவமைக்கப்பட்டிருந்தது. அருண் தனது விரலைப் பெட்டியின் பிடியில் வைத்ததும், 'கிளிக்' என்ற சத்தத்துடன் பெட்டி திறந்தது. அவன்

ஓலைச் சுவடியையும் அந்தப் புத்தகத்தையும் பெட்டிக்குள் வைத்துப் பூட்டினான்.

அப்போதுதான் திடீரென வெளியே யாரோ நடக்கும் சத்தம் கேட்டது. மச்சு வீட்டின் முன் வாசலில் யாரோ கதவைத் தட்டினார்கள்.

"சார்... சார்... கதவைத் திறங்க சார்," என்று ஒரு மெல்லிய குரல் கேட்டது.

அருணுக்கு அந்த நொடி பயத்தில் மூச்சுக்காற்று நின்று போனது போல இருந்தது. அந்த SUV மனிதர்களில் யாராவது வீட்டிற்கே வந்துவிட்டார்களோ? அவனது இதயம் மார்புக்கூட்டுக்குள் பலமாக அடித்துக்கொண்டது. அவன் மிகவும் நிதானமாக, சத்தம் வராமல் மாடிப் படிக்கட்டுகளில் இறங்கி வந்து கதவின் இடுக்கின் வழியாகப் பார்த்தான். வெளியே ஒரு சிறிய உருவம் நின்று கொண்டிருந்தது. அது சுப்பையா தாத்தாவின் வீட்டிலிருந்து வந்த அதே சிறுவன். அவனது கையில் ஒரு டிபன் கேரியர் இருந்தது.

அருண் ஒரு நீண்ட பெருமூச்சை விட்டுவிட்டு, நெஞ்சில் கைவைத்துத் தன்னை ஆசுவாசப்படுத்திக் கொண்டான். மெல்லக் கதவின் தாழ்ப்பாளைத் திறந்தான். அவனிடமிருந்து உணவுப் பொட்டலத்தைப் பெற்றுக் கொண்டான்.

"தாத்தா வர ராத்திரி ஆயிடும் போல இருக்கு சார்... யாராவது புதுசா வந்து ஏதாவது கேட்டா கதவைத் திறக்க வேணாம்னு சொன்னாரு," என்று அந்தச் சிறுவன் எச்சரித்துவிட்டு அங்கிருந்து ஓடிவிட்டான்.

அருண் கதவைச் சாத்திவிட்டு, அவசர அவசரமாகக் காலைக் கடன்களை முடித்தான். மச்சு வீட்டின் முற்றத்திற்கு வந்து அமர்ந்து, சுப்பையா தாத்தா அனுப்பிய ஆவி பறக்கும் இட்லியையும், பூண்டுத் துவையலையும் பார்த்தான். கூடவே மதிய உணவும் அந்தப் பொட்டலத்திலேயே வைக்கப்பட்டிருந்தது. ஒரு வாய் இட்லியைத் துவையலில் தொட்டு நாவில் வைத்தபோது, அந்த ருசியில் ஒரு கிராமத்து அக்கறை தெரிந்தது. ஆனால், அவனது கவனம் முழுவதும் வெளியே இருக்கும் அந்த வெள்ளை வாகனங்களின் மீதே இருந்தது.

"சரி, பதற்றப்பட்டு காரியத்தைக் கெடுக்கக் கூடாது" என்று நினைத்தவன், முதலில் பிளாஸ்க்கில் இருந்த காபியை ஒரு டம்பளரில் ஊற்றினான். காபியை மெல்ல உறிஞ்சியபடி முற்றத்தில் அமர்ந்து யோசித்தான்.

காபியை முடித்ததும் அருண் தனது லேப்டாப்பை எடுத்துக்கொண்டு மீண்டும் மாடிக்குச்

சென்றான். அங்கே ஜன்னல் ஓரத்தில் அமர்ந்து, அந்த SUV மனிதர்களைக் கண்காணிக்கத் தொடங்கினான்.

அவன் கவனித்துக் கொண்டிருக்கும் போதே, அந்த வெள்ளை வாகனத்திலிருந்து ஏற்கனவே இறங்கிய ஒருவன், இப்போது ஒரு ஸ்கேனர் கருவியுடன் மச்சு வீட்டின் வெளிப்புறச் சுவரை ஒட்டியே நடக்கத் தொடங்கினான். அவர்கள் வீட்டின் தரைத்தளத்தில் எதையோ ஊடுருவிப் பார்க்கத் துடிப்பது அவனது லேப்டாப்பில் இருந்த ஸ்கேனர் மூலம் தெளிவாகத் தெரிந்தது. அவனது பார்வை மச்சு வீட்டிற்கும் குளங்கரைக்கும் மாறி மாறிச் சென்றது.

அருணின் விரல்கள் லேப்டாப் கீபோர்டின் மீது வேகமாக இயங்கத் தொடங்கின. அவர்கள் எதைத் தேடுகிறார்கள் என்பது இப்போது அவனுக்கு ஓரளவிற்குப் புரியத் தொடங்கியது.

17 சிக்னல் மாயை

லேப்டாப்பின் திரை நீல நிற ஒளியை அருணின் முகத்தில் உமிழ்ந்து கொண்டிருந்தது. ஜன்னலுக்கு வெளியே அந்த மர்ம மனிதன் கையில் இருந்த ஸ்கேனர் கருவி, மச்சு வீட்டின் சுவர்களைத் துளைப்பது போல அசைந்து கொண்டிருந்தது. அவனது பார்வை மச்சு வீட்டிற்கும் குளங்கரைக்கும் மாறி மாறிச் சென்றது.

"அவர்கள் தேடுவது வெறும் சிக்னலை மட்டுமல்ல, அந்தச் சிக்னல் எங்கிருந்து உற்பத்தியாகிறது என்ற மூலத்தைத் தேடுகிறார்கள்," என்று அருண் தனக்குள் முணுமுணுத்துக் கொண்டான். அருண் தனது லேப்டாப்பில் சிக்னல் சிபூஃபர் மென் பொருளைத் தயார் செய்தான். அவன் செய்ய வேண்டியது ஒன்றுதான்: மச்சு வீட்டிலிருந்து ஒரு வலுவான சிக்னல் கிளம்புவது போன்ற ஒரு மாயையை உருவாக்கி, அதை அப்படியே மெல்ல நகர்த்தி ஊரின் தெற்குப் பக்கமாக இருக்கும் அந்தப் பழமையான ஆலமரத்தின் திசைக்குக் கொண்டு செல்ல வேண்டும்.

வெளியே இருந்த அந்த மனிதனின் கையில் இருந்த ஸ்கேனர் கருவி திடீரென 'பீப்... பீப்...' என்று சத்தமிட்டது. சிக்னல் இப்போது மச்சு வீட்டிலிருந்து விலகி, தெற்கு நோக்கி நகர்வது போல அவனது திரையில் தெரிந்தது. அந்த வெள்ளை நிற SUV-க்கள் மச்சு வீட்டை விட்டு மெல்ல நகரத் தொடங்கின.

தனது சந்தேகத்தைச் சரிபார்க்க, குளத்து கிரிட் வரைபடத்தில் திரும்பவும் பார்க்கத் தொடங்கினான். ஆலமரம் எந்தக் குறிப்பிலும் படவில்லை. சற்றே நிம்மதியாகப் பெருமூச்சு விட்டான். மாலை வரை அந்த மனிதர்கள் ஆலமரத்தடியிலேயே முகாமிட்டிருந்தார்கள். அதற்குள் அருணும் அந்த ஆறிப்போன இட்லியை உண்டு முடித்திருந்தான். மதிய உணவு தொடாமலே இருந்தது. உண்டு முடித்த அருண், மறுபடியும் இந்த சிக்னல் சிபூஃபரை இன்னும் சரி செய்து, குளத்து கிரிட் வரைபடத்தில் இல்லாத இடங்களுக்கு பொய்யான எதிரொலி கொடுக்கும்படி புரோகிராமிங்கை முடித்திருந்தான்.

அவர்கள் அங்கே பிஸியாக இருப்பதைப் பயன் படுத்திக்கொண்டு, கடந்த மூன்று நாட்களாகத் தான் கண்டறிந்த மர்ம முடிச்சுகளை அருண்

மனதிற்குள் ஒவ்வொன்றாக அசைபோட்டுப் பார்த்தான்.

முதல் நாள் இந்த மச்சு வீட்டின் இருண்ட அறைக்குள் நுழைந்தபோது கிடைத்த அந்தப் பழைய கருப்புப் பெட்டியும், அதற்குள் இருந்த செப்புத் தகடும், விசித்திரமான குறியீடுகள் கொண்ட அந்த வட்டும் இப்போதும் அவனது கண்முன்னே மின்னுவது போல இருந்தது. இரண்டாம் நாள் குளக்கரையின் நிலத்தடி அறையில் கண்ட அந்தப் பிரம்மாண்டமான கிரிட் வரைபடத்தையும், மாணிக்கம் கொடுத்த அமுதப்பட்டியின் மின்சார வரைபடத்தையும் ஒன்றன் மேல் ஒன்றாக வைத்துப் பார்த்தபோது, அவை இரண்டும் ஒன்றோடு ஒன்று பின்னிப் பிணைந்திருந்த விதம் அவனுக்குள் இன்னும் வியப்பைத் தந்தது. நேற்று நூலகத்தின் பழைய அடுக்குகளில் தேடியலைந்து கண்டெடுத்த அந்தப் பழைய இயற்பியல் புத்தகமும், அதன் உள்ளே மிக ரகசியமாக ஒளித்து வைக்கப்பட்டிருந்த ஓலைச் சுவடியும் அவனது கைகளில் இப்போதும் ஒரு கனத்தை உருவாக்குவது போலத் தோன்றியது.

இவை அனைத்தும் ஏதோ ஒரு மாபெரும் திட்டத்தின் பாகங்கள் என்பது மட்டும் அவனுக்குத் தெளிவாகத் தெரிந்தது. அந்த SUV மனிதர்களின்

ஸ்கேனர் கருவி மச்சு வீட்டின் சுவர்களில் எதையோ காட்டியிருக்கிறது. ஒருவேளை இந்த வீட்டின் அஸ்திவாரமே அந்தப் பிரம்மாண்டமான நிலத்தடி கட்டமைப்பின் ஒரு அங்கமாக இருக்குமோ? தாத்தா இந்த வீட்டை வெறும் தங்குமிடமாக மட்டும் கருதவில்லை, இது அந்த முழு அமைப்பின் ஒரு கட்டுப்பாட்டு மையமாக இருக்கக்கூடும் என்று அவன் சந்தேகித்தான்.

இருள் சூழத் தொடங்கியபோது, தூரத்தில் அந்தப் பழைய மோட்டார் சைக்கிளின் சத்தம் கேட்டது. சுப்பையா தாத்தா திரும்பி வந்து கொண்டிருந்தார். அவர் மச்சு வீட்டிற்கு வர வேண்டுமென்றால், முதலில் அந்த ஆலமரத்தடியைக் கடந்துதான் வரவேண்டும். அருண் ஜன்னல் வழியாகப் பார்த்தான். சுப்பையா தாத்தா அந்த SUV வாகனங்களைக் கடந்து வரும்போது, அவரது வேகம் சற்றுக் குறைந்ததை அருண் கவனித்தான். அவர் அவர்களை ஒருவித மர்மமான பார்வையோடு பார்த்துவிட்டு, பின் வேகமாக மச்சு வீட்டை நோக்கி வந்தார்.

வாசலில் வண்டியை நிறுத்திய தாத்தா, வழக்கத்திற்கு மாறாக மிகவும் எச்சரிக்கையாகக் கதவைத் தட்டினார்.

"தம்பி... கதவைத் திறங்க," - அவரது குரலில் ஒரு விதமான நடுக்கம் கலந்திருந்தது.

18 மறைமுகப் போர்

அருண் ஓடிச் சென்று கதவின் தாழ்ப்பாளைத் திறந்தான். சுப்பையா தாத்தா உள்ளே நுழைந்த வேகத்திலேயே கதவைச் சாத்திவிட்டு, மூச்சிறைக்க நின்றார். அவரது முகத்தில் ஏதோ ஒரு பெரிய குழப்பம் தெரிந்தது.

"தாத்தா... என்னாச்சு? வெளியே என்ன நடக்குது?" என்று கேட்டபடியே அருண் அவருக்குக் குடிக்கத் தண்ணீர் கொடுத்தான். தாத்தா தண்ணீரை அருந்திவிட்டு, மூச்சை ஆசுவாசப்படுத்திக் கொண்டு, அவர்கள் தொல் பொருள் ஆராய்ச்சியாளர்கள் என்றும், நில அதிர்வு பற்றிக் கண்டறிய மச்சு வீட்டைச் சோதனையிடப் போவதாகவும் விவரித்தார்.

"அவங்க ஆராய்ச்சிங்கிற பேர்ல உள்ள வந்து எதையாவது கண்டுபிடிச்சுட்டா மொத்தமும் போயிடும்," என்று முணுமுணுத்த அருண், தனது லேப்டாப்பைக் கையில் எடுத்தான். சுப்பையா தாத்தா அவனை வினோதமாகப் பார்த்தார். "தம்பி, என்ன இந்த நேரத்துல இதைத் தூக்கிட்டுப் போறீங்க?"

அருண் சட்டென்று சுதாரித்துக் கொண்டு, "இல்லை தாத்தா, நீங்க வர்றதுக்கு முன்னாடி அலுவலக வேலைதான் பாத்துட்டு இருந்தேன். திடீர்னு நீங்க கதவைத் தட்டினதால அப்படியே வந்துட்டேன். இதோ ஒரே நிமிஷம், முடிச்சுட்டு வந்துடுறேன்," என்று அவசரமாகக் கூறிவிட்டு விறுவிறுவெனத் தனது அறைக்குள் சென்றான். சுப்பையா தாத்தாவும் 'சரிதான்' என்பது போலத் தோளைக் குலுக்கிவிட்டு, உணவுப் பாத்திரங்களைச் சுத்தப்படுத்தச் சென்றார். அப்போதுதான் அருண் மதிய உணவு சாப்பிடாததை அவர் கவனித்தார்.

அருண் அறைக்குள் சென்றதும் கதவைச் சாத்திக்கொண்டு மின்னல் வேகத்தில் லேப்டாப்பை இயக்கினான். அந்தத் தொல் பொருள் குழுவின் கருவிகள் மச்சு வீட்டின் சுவர்களுக்குள் இருக்கும் அந்தத் தகவல் நரம்புகளைக் கண்டறியக் கூடாது என்பதில் அவன் உறுதியாக இருந்தான். அவன் தனது சிறப்பு மென்பொருளைப் பயன்படுத்தி, மச்சு வீட்டின் ஒட்டுமொத்த அதிர்வெண்ணையும் படிப் படியாகக் குறைத்தான். வீட்டின் அஸ்திவாரத்திலிருந்து வெளிப் படும் அந்த மெல்லிய மின்காந்த அலைகளை மறைக்கும் ஒரு டிஜிட்டல் திரையை உருவாக்கினான். அத்துடன்

அவன் நின்றுவிடவில்லை. குளத்து வரைபடத்தை மீண்டும் ஒருமுறை லேப்டாப்பில் திறந்து, அதில் உள்ள ஒவ்வொரு கிரிட் புள்ளிகளையும் தீவிரமாகக் கண்காணித்தான். அந்தப் புள்ளிகள் ஒவ்வொன்றும் மற்றவர்களுக்குத் தெரியாதபடி அவற்றின் அமைப்பைப் பாதுகாப்பிற்காக மாற்றியமைத்தான்.

அவன் வேலையை முடித்த அதே விநாடி, வாசலில் கதவு பலமாகத் தட்டப்பட்டது. "சார் கதவைத் திறங்க! நாங்க தொல்பொருள் துறையிலிருந்து வர்றோம், கொஞ்சம் முக்கியமான காரியம்," - வெளியே இருந்து அந்த அதிகாரமான குரல் கேட்டது.

அருண் அறைக்கு வெளியே வந்து சுப்பையா தாத்தாவின் காதருகே ரகசியமாகச் சொன்னான். "தாத்தா, இப்போ அவங்களை உள்ள விட வேண்டாம். இந்த வீடு ரொம்பப் பழசு, இப்போதைக்கு யாரையும் உள்ள விட வேணாம்னு ஊர் பெரியவங்க சொல்லியிருக்காங்கன்னு சொல்லி சமாளிங்க."

சுப்பையா தாத்தா தைரியத்தை வரவழைத்துக்கொண்டு கதவைத் திறக்காமல், கதவின் இடுக்கின் வழியாகவே அருண் சொன்னது போலவே பேசி அவர்களைச் சமாளித்தார். வெளியே

இருந்தவர்கள் மச்சு வீட்டைச் சுற்றி ஒருமுறை ஸ்கேன் செய்துவிட்டு, ஏதும் சிக்காததால் குழப்பத்துடன் அங்கிருந்து கிளம்பினார்கள்.

அவர்கள் வண்டி கிளம்பும் வரை அருண் மூச்சைப் பிடித்துக் கொண்டு காத்திருந்தான். நிலைமையைச் சமாளித்த பிறகு, தாத்தாவின் சந்தேகத்தைத் தீர்க்க அவரிடம் அமர்ந்து பேசினான். "தாத்தா, ஒருவேளை அவங்க இந்த வீட்டோட அஸ்திவாரத்தை நோண்ட ஆரம்பிச்சா, நம்ம தாத்தா பாதுகாத்த பொக்கிஷங்கள் எல்லாம் கெட்டுப்போயிடும். நான் இங்க கொஞ்ச நாளா தாத்தாவோட நினைவுகள்ல வாழ்ந்துட்டு இருக்கேன், அதுக்கு எந்தப் பாதிப்பும் இருக்கக்கூடாதுன்னு நினைச்சேன். அவங்க நிஜமா என்ன பண்றாங்கன்னு தெரிஞ்சதுக்கப்புறம் அவங்களை நானே நாளைக்கு வரச் சொல்றேன். அதுவரைக்கும் கொஞ்சம் பொறுமையா இருங்க," என்றான்.

தாத்தா மெல்லத் தலையசைத்தார். ஆனால், அவருக்குள் ஒரு மெல்லிய குற்ற உணர்ச்சி தலைதூக்கியது. "நாமதான் தம்பியை இப்படிப் பயமுறுத்திட்டோமோ?" என்று அவர் வருத்தப்பட்டார். பிறகு திடீரென நினைவு வந்தவராக, "தம்பி... மதியம் நீங்க சாப்பிடவே

இல்லையா? சாப்பாடு அப்படியே இருக்கு," என்று அக்கறையுடன் விசாரித்தார்.

அதற்கு அருண் ஒரு மெல்லிய புன்னகையுடன், "ஆமா தாத்தா... இந்த வேலைப் பதற்றத்துல பசியே தெரியல. வாங்க ரெண்டு பேரும் ஒண்ணா உட்கார்ந்து சாப்பிடலாம்," என்றான். இருவரும் அமர்ந்து சாப்பிட்டனர். சாப்பிட்டு முடித்ததும், சுப்பையா தாத்தா தனது வீட்டிற்குப் புறப்பட்டார்.

மச்சு வீட்டின் கதவுகள் அனைத்தையும் அருண் ஒருமுறைக்கு இருமுறை சரிபார்த்துப் பூட்டினான். அவன் தனது அறைக்குள் சென்று லேப்டாப்பை மீண்டும் திறந்தான். அடுத்த நாள் செல்ல வேண்டிய கோவிலின் வரைபடத்தையும், அங்கே இருக்கக்கூடிய மின்காந்த புள்ளிகளையும் மீண்டும் ஒருமுறை சரிபார்த்துக் கொண்டான். ஜன்னல் வழியாக வெளியே பார்த்தான். தூரத்தில் அந்த SUV வாகனங்களின் சிவப்பு விளக்குகள் இன்னும் அணையாமல் மின்னிக் கொண்டிருந்தன. "உங்க ஆராய்ச்சி நாளைக்குக் கோவிலுக்கும் வரும்னு எனக்குத் தெரியும். ஆனா, அதுக்குள்ள நான் அங்க இருக்கிற ரகசியத்தைக் கண்டுபிடிச்சாகணும்," என்று தனக்குள் முணுமுணுத்தபடி அருண் ஓய்வெடுக்கச் சென்றான்

19 தையல் நாயகியின் நிழலில்

மறுநாள் அதிகாலை. அமுதபட்டி மெல்ல விழித்துக்கொண்டிருந்தது. அருண் மச்சு வீட்டின் ஜன்னல் வழியே பார்த்தபோது, அந்த வெள்ளை நிற SUV வாகனங்கள் அங்கே இல்லை. தெருவின் அந்தப் பழைய அமைதி மீண்டும் திரும்பியிருந்தது. பனி மூடியிருந்த அந்த அதிகாலைப் பொழுதில், மச்சு வீட்டின் முற்றம் ஈரமான மண்ணின் வாசனையைச் சுமந்திருந்தது.

சுப்பையா தாத்தா கையில் ஒரு பாத்திரத்துடன் புன்னகையோடு வாசலில் வந்து நின்றார். "தம்பி, அந்த ஆராய்ச்சி ஆளுங்க நேத்து நைட்டோட நைட்டா கிளம்பி பக்கத்து ஊரான சின்னானூர் பக்கம் போயிட்டாங்களாம். அங்கே ஏதோ நில அதிர்வு அதிகமா இருக்காம்னு பேசிக்கிறாங்க. நம்ம ஊரை விட்டு அவங்க கிளம்புனது ஒரு விதத்துல நிம்மதியா இருக்கு," என்றார்.

அருண் மெலிதாகப் புன்னகைத்தான். அவன் உருவாக்கிய அந்த 'டிஜிட்டல் திரை' வேலை செய்திருக்கிறது. தனது லேப்டாப் மூலம் அவன்

உருவாக்கிய அந்தப் போலி அலைவரிசைத் தரவுகள், அந்த நவீன ஆராய்ச்சி ஆட்களைத் தவறான திசையில் வழிநடத்தி ஊரை விட்டே வெளியேற்றியிருக்கிறது. அவர்கள் திசை மாறிப் போன இந்த நேரத்தை அவன் பயன்படுத்திக் கொள்ள விரும்பினான். அன்றைய காலைப் பொழுது மிகவும் இயல்பாகக் கழிந்தது. அருண் எதையும் அவசரப்படுத்த விரும்பவில்லை. சுப்பையா தாத்தாவுடன் தோட்டத்தில் இறங்கினான்.

அவன் செடிகளுக்கு நீர் ஊற்றுவதும், காய்ந்த சருகுகளை அகற்றுவதுமாக மிக இயல்பாக வேலை செய்தான். மண்ணில் கையை வைத்து வேலை செய்யும்போது, அவனது நவீன உலகத்துச் சிந்தனைகள் மெல்ல மறைந்து, அந்த மண்ணோடு ஒரு பிணைப்பு உருவாவதை உணர்ந்தான். சுப்பையா தாத்தா ஒரு செம்பருத்திச் செடியைச் செப்பனிட்டபடியே, "தம்பி, இந்தச் செடியெல்லாம் உங்க தாத்தா நட்டது. ஒவ்வொன்னையும் புள்ளைங்க மாதிரி வளர்த்தாரு. செடிக்குத் தண்ணி விடுறதுல கூட ஒரு கணக்கு வச்சிருப்பாரு," என்றார். அருண் அமைதியாக அதைக் கேட்டுக் கொண்டான். ஒரு பேரனாக அவன் அமுதபட்டியில் தன்னை முழுமையாக இணைத்துக் கொண்டான்.

தோட்ட வேலையுடனேயே காலை உணவையும் இருவரும் அங்கேயே முடித்தனர்.

முற்பகலில் அவன் சுப்பையா தாத்தாவுடன் தையல்நாயகி அம்மன் கோவிலுக்குப் புறப்பட்டான். கோவிலுக்குள் நுழைந்ததும், மூலவரை வணங்கிவிட்டு பிரகாரத்தைச் சுற்றி வந்தனர். அருண் ஒவ்வொரு தூணையும் ஆராய்ச்சி கண்ணோடு நோக்கினான். அவன் கையில் வைத்திருந்த சிக்னல் கண்டறியும் கருவி வெளியே தெரியாமல் இருக்க, அதை முன்கூட்டியே தனது போனுடன் இணைத்திருந்தான். அவன் அந்தத் தெற்குப் பிரகாரத்தில் இருந்த சக்கர வடிவம் செதுக்கப்பட்ட தூணின் அருகே நின்றபோது, அவனது பாக்கெட்டில் இருந்த போன் மெல்லியதாக அதிர்ந்தது. திரையில் 'High Frequency Detected' என்ற செய்தி மின்னியது.

அருகில் இருந்த சுப்பையா தாத்தா மெல்லப் பேசினார். "தம்பி... நீங்களும் அதே தூணப் பாக்குறீங்களே! உங்க தாத்தா இதை ஒரு ரகசியக் கணக்குன்னு சொல்லுவாரு," என்று சொல்லிவிட்டு எதார்த்தமாக நகர்ந்தார்.

அருணுக்கு அந்தச் சந்தேகம் இப்போது கிட்டத்தட்ட உறுதியானது. அவன் மெல்ல அந்தச்

சக்கர வடிவத்தின் ஒரு குறிப்பிட்ட புள்ளியில் அழுத்தினான். க்ளிக்! தூணின் அடிப்பகுதியில் இருந்த ஒரு சதுர வடிவக் கல் ஒரு அங்குலம் அளவிற்கு உள்ளே நகர்ந்தது. அதன் உள்ளே ஒரு சிறிய செப்புத் தகடு மின்னியது. அதை ரகசியமாகத் தனது போன் மூலம் ஸ்கேன் செய்யத் தொடங்கினான்.

அவன் ஸ்கேன் செய்து கொண்டிருந்தபோதே, "தம்பி... கோயில் பிரகாரம் மூடப் போறாங்க, சாப்பாட்டுக்கும் லேட் ஆயிடுச்சு, கிளம்புவோமா?" என்று சுப்பையா தாத்தா குரல் கொடுத்தார்.

அருண் திடுக்கிட்டு அந்த ரகசியக் கல்லை மூடினான். சரியாக ஸ்கேன் செய்தோமா என்ற கவலை அவனுக்குள் இருந்தது. இருப்பினும் சுப்பையா தாத்தாவிற்குச் சந்தேகம் வரக் கூடாதென்று அங்கிருந்து கிளம்பினான். வெளியே வந்ததும் சுப்பையா தாத்தா சொன்னார், "வாங்க தம்பி, இன்னைக்குக் குளக்கரை ஓரமா இருக்குற பழைய மதகுத் திண்ணையில உட்கார்ந்து சாப்பிடுவோம். உங்க தாத்தா அந்த மதகு தண்ணி நிக்காம ஓடுற சத்தத்தை ஒரு பெரிய பாட்டுன்னு சொல்லுவாரு."

தாத்தா சொன்ன அந்தத் தகவல் அருணின் மூளையில் ஒரு மின்சாரத்தைப் பாய்ச்சியது.

"மதகுத் தண்ணி ஓடிக்கிட்டே இருக்குமா?" என்று கேட்டபடியே, மதிய உணவை முடித்துவிட்டு மச்சு வீட்டிற்குத் திரும்பினான்.

மச்சு வீட்டிற்கு வந்த அருண், தனது அறையைப் பூட்டிக்கொண்டு லேப்டாப்பில் அந்தத் தரவை ஆராய்ந்தான். திரையில் எச்சரிக்கை மின்னியது:"Scan Data Incomplete: 82%. Resolution insufficient to decrypt the final sequence."

"ச்சே! அவசரத்துல எடுத்ததுனால 82 சதவீதத்துல நின்னுடுச்சு," என்று அருண் சலித்துக்கொண்டான். அந்த மீதமுள்ள 18% தரவு இல்லாமல், அவனால் அந்த ரகசியக் குறியீட்டை உடைக்க முடியாது. அப்போதுதான் அவனது பாக்கெட்டில் இருந்த போன் அதிர்ந்தது. ஒரு தெரியாத எண்ணிலிருந்து வந்த அந்த மர்மக் குறுஞ்செய்தி இதுதான்:

கார் இருளில் வழிகாட்டும் ஒளியைக் காண்பாய்..."

அருண் அந்த மெசேஜைப் பார்த்தபடி உறைந்து நின்றான். "யார் இது? நான் கோவிலில் அந்தத் தூணை ஆராய்ந்தது இவருக்கு எப்படித் தெரியும்? என் ஒவ்வொரு அசைவையும் கவனித்துக் கொண்டிருப்பது யார்?" அவனது மூளை பலவாறு

யோசித்தது. அவனிடம் இருக்கும் நவீனத் தொழில்நுட்பக் கருவிகளுக்கே தெரியாமல், அவனது அசைவுகளைக் கண்காணிக்கும் அளவுக்குச் சக்தி வாய்ந்த ஒரு நபர் அமுதபட்டியில் இருக்கிறாரா? பல கேள்விகள் அவனுள் எழுந்தபோது அவனது மூளை எச்சரிக்கை சிக்னலை அனுப்பியது.

"கார் இருளில் வழிகாட்டும் ஒளியைக் காண்பாய்..." இந்த வரிகள் ஏதோ ஒரு ரகசியக் குறியீடு போல அவனுக்குத் தோன்றியது. அந்த 82% தரவுப் பிரச்சனையைத் தீர்க்கவும், அந்த மர்ம நபர் சொன்ன 'வழிகாட்டும் ஒளி' என்ன என்பதை அறியவும் நள்ளிரவு வரை காத்திருப்பதைத் தவிர அவனுக்கு வேறு வழி தெரியவில்லை.

20 கல்லுக்குள் ஒரு நதி

அமுதபட்டி இருட்டில் மூழ்கியிருந்தது. மச்சு வீட்டின் ஜன்னல் வழியே வெளியே பார்த்தபோது, தெருவிளக்குகள் மங்கலாக எரிந்து கொண்டிருந்தன. ஊரே அமைதியாக உறங்கிக் கொண்டிருந்தது. ஆனால் அருணின் மூளை அந்த மர்ம மெசேஜையும், பகலில் அரை குறையாக நின்ற அந்த 82% ஸ்கேன் தரவையுமே சுற்றிக் கொண்டிருந்தது.

நள்ளிரவு ஒரு மணி. தனது கருப்பு நிற ஜாக்கெட்டை அணிந்து கொண்டான். அருண் மெல்லத் தனது பையை எடுத்துக்கொண்டான். அதில் அவனது லேப்டாப், சிக்னல் டிடெக்டர் மற்றும் ஒரு சிறிய கேமராவையும் எடுத்துக்கொண்டான். யார் கண்ணிலும் படாமல் வீட்டின் பின்புறக் கதவு வழியாக வெளியேறி, இருளில் மறைந்து நடந்தான். இரவு நேரத்துக் குளிரும், தூரத்தில் கேட்ட நாய்களின் குரைப்பும் அவனுக்கு ஒருவிதப் பதற்றத்தைத் தந்தன.

நனைந்திருந்த அமுதபட்டியின் சந்துகள் அவனுக்கு இப்போது பரிச்சயமாகத் தொடங்கியிருந்தன. நாய்களின் குரைப்புச் சத்தம்

அவ்வப்போது அவனைத் திடுக்கிட வைத்தாலும், நிழல்களைப் போலவே மௌனமாக நகர்ந்தான். அவன் நேராகத் தையல்நாயகி அம்மன் கோவிலை அடைந்தான். கோவிலின் பிரதான கதவு பூட்டப்பட்டிருந்தது. கோவிலின் பின்பக்கத்திற்கு வந்தவன், சுற்றுச்சுவரைத் தாண்டிக் குதித்து உள்ளே நுழைந்தான். காலையிலேயே இந்தத் தாழ்வான குட்டிச் சுவரை அவன் கவனித்து வைத்திருந்தது இப்போது உதவியது.

கோவிலுக்குள் நிலவும் அந்த நள்ளிரவு நிசப்தம் ஒருவித அச்சத்தைத் தந்தது. வௌவால்களின் சிறகடிப்புச் சத்தமும், பழைய மரக்கதவுகள் காற்றில் அசைந்து கொடுக்கும் முனகலும் அந்த இடத்தை ஒரு மர்மக் களம் போல மாற்றியிருந்தது. அவன் நேராக அந்தத் தெற்குப் பிரகாரத்திற்குச் சென்றான். டார்ச் வெளிச்சத்தில் அந்தச் சக்கர வடிவத் தூண் ஒரு ராட்சதச் சிற்பம் போல நின்றது.

சுற்றிலும் கார் இருள். அவன் தனது டார்ச்சை அணைத்துவிட்டு, கண்கள் அந்த இருளுக்குப் பழகக் காத்திருந்தான். சரியாகச் சில நிமிடங்களில், அந்த அதிசயம் நிகழ்ந்தது. வானத்தில் இருந்த ஏதோ ஒரு நட்சத்திரத்தின் ஒளி அல்லது நிலவின் மிக மெல்லிய பிரதிபலிப்பு, தூணின் உச்சியில் இருந்த ஒரு சிறிய துவாரத்தின் வழியாக ஊசி

முனை போல இறங்கியது. அந்த ஒளி நேராகத் தூணின் நடுவில் இருந்த ஒரு படிகக் கல்லின் மீது பட்டது. அங்கிருந்து சிதறிய அந்த நீல நிற ஒளிக்கீற்று, ஒரு லேசர் கோடு போலப் பாய்ந்து, அந்தச் செப்புத் தகட்டின் மீது ஒரு குறிப்பிட்ட கோணத்தில் விழுந்தது.

இப்போது அந்தத் தகட்டில் பகலில் கண்ணுக்குத் தெரியாத நுணுக்கமான குறியீடுகள் பிரகாசமாக மின்னின. அருண் சட்டென்று தனது போனை எடுத்து மீண்டும் ஸ்கேன் செய்தான். அந்த ஒளியின் உதவியுடன் டேட்டா மிக வேகமாகத் திரையில் ஏறத் தொடங்கியது.

82%... 90%... 100%!"Hardware Authentication Key Deciphered. Ready for Sync."

"அப்பாடா!" என்று அவன் நிம்மதி பெருமூச்சு விடுவதற்குள், கருவறைப் பக்கத்திலிருந்து காலடிச் சத்தம் கேட்டது. அருண் சட்டென்று ஒரு இருண்ட தூணின் பின்னால் மறைந்து கொண்டான்.

வயதான பூசாரி மெல்லத் தள்ளாடி நடந்து வந்தார். அவர் கையில் ஒரு செம்புப் பாத்திரத்துடன் நேராக அந்தத் தூணின் அடியில் இருந்த ஒரு பள்ளத்திற்கு வந்தார். "அம்மா... ஊரைக்

காப்பாத்து," என்று வேண்டிக்கொண்டே, அவர் அந்தத் தூணின் அடியில் இருந்த ஒரு குறிப்பிட்ட சதுரக்கல்லின் மீது நீரை ஊற்றினார். அந்த நீர் கல்லுக்குள் இறங்கும்போதே, அவரது போன் அலறவே, எரிச்சலுடன் எடுத்துப் பேசினார்.

"சொல்லுப்பா... இல்ல, இந்த ஊருக்குள்ள புதுசா சில ஆட்கள் வண்டிகளோட வர்றாங்க. அவங்க கண்ணுல படாம இருக்க அம்மனுக்குச் செய்ய வேண்டிய விசேஷப் பரிகாரத்தைச் செஞ்சுட்டு இருக்கேன். இந்தத் தண்ணியத் தெளிச்சா எந்தத் திருஷ்டியும் அமுதபட்டியத் தாக்காது. பெரிய அய்யா காலத்துல இருந்து செய்யற முறை தானே இது... சரி சரி இதோ வந்திடறேன்," என்று பேசிவிட்டு அங்கிருந்து நகர்ந்தார்.

பூசாரி சென்ற பிறகு அருண் மெல்ல வெளியே வந்து அந்தத் தூணைத் தொட்டான். பூசாரி ஊற்றிய தண்ணீர் அந்தக் கல்லின் இடுக்குகளில் மிக வேகமாக உறிஞ்சப்படுவதைக் கண்டான். ஒரு சில நொடிகள் கழித்து, அந்தத் தூணின் அடியிலிருந்து ஒரு மெல்லிய அதிர்வு எழுந்து அடங்கியது. பூசாரி செய்வது ஒரு ஆன்மீகச் சடங்கு என்று அவர் நம்பினாலும், அதன் பின்னணியில் ஒரு மாபெரும் பொறியியல் ஒளிந்திருப்பதை

அருண் உணர்ந்தான். அவர் ஊற்றிய அந்த நீர் ஒரு லிகுவிட் கண்டக்டர் போலச் செயல்பட்டு, நிலத்தடியில் இருக்கும் மின்சுற்றுகளைப் பாதுகாப்பாகச் செயல்பட வைக்கிறது.

அருண் அங்கிருந்து வெளியேறினான். அவன் மச்சு வீட்டிற்குத் திரும்பும்போது, யாரோ ஒரு நிழல் தன்னைத் தூரத்திலிருந்து கவனிப்பதைக் கண்டான். ஆனால் அவன் திரும்பிப் பார்த்தபோது அங்கே யாரும் இல்லை. மர்ம மெசேஜ் அனுப்பிய நபர் அங்கேதான் எங்கோ இருக்கிறான் என்பது மட்டும் அவனுக்கு உறுதியானது.

வீட்டிற்கு வந்த அருண் தனது லேப்டாப்பில் தயார் செய்திருந்த கிலோன் கிரிட்டை ஆன் செய்தான். அவனது லேப்டாப்பில் அந்த வரைபடம் இப்போது ஒரு விஸ்வரூபம் எடுத்து, முழு அமுதபட்டியையும் ஒரு மாபெரும் மின்னணு வலையாகக் காட்டியது. அந்த வலையின் இதயத்துடிப்பு இப்போது சீராகத் துடிக்கத் தொடங்கியிருந்தது. அந்த மர்ம மனிதனின் நினைவோடு அருண் அன்று உறங்கச் சென்றான்.

21 மதகுத் திருவிழா

அமுதபட்டியின் காலைப் பொழுது ஒரு புதுவிதமான ஆற்றலுடன் விடிந்தது. ஊரே குளக்கரையில் கூடியிருந்தது. வருடாந்தர மதகுத் திருவிழா அது. சுப்பையா தாத்தா அதிகாலையிலேயே உற்சாகமாகத் தயாராகிவிட்டார். வேட்டியை மடித்துக் கட்டிக்கொண்டு கிளம்பியவர், "தம்பி, இன்னைக்குத் தான் மதகுத் தண்ணியைத் திறந்து விடுவாங்க. ஊர் மக்கள் எல்லாம் சேர்ந்து பண்ற விசேஷம். உங்க தாத்தா இருந்தப்ப இதை முன்னாடி நின்னு நடத்துவார். நீங்களும் வாங்க," என்று அருணை அழைத்தார்.

குளக்கரையில் மேளதாளங்கள் முழங்கின. அந்தப் பழமையான கற்சுவர்களுக்கிடையே அமைக்கப் பட்டிருந்த பிரம்மாண்டமான மதகு, பாசி படிந்த கருங்கற்களால் ஆன ஒரு கலைப்படைப்பு போல நின்றது. அதன் இரும்புச் சக்கரங்கள் துருப் பிடித்திருந்தாலும், ஒருவித அதிகாரத்துடன் காட்சியளித்தன. நேற்று கவனித்த அந்தச் சீரான ஓட்டம் இன்னும் மதகில் தெரிந்தது. மதகைத் திறந்தால் நிலத்தடி மர்மத்தில் என்ன

மாற்றம் வரும் என்று பார்க்க அருண் ஆவலாக இருந்தான்.

ஊர் பெரியவர்கள் ஒன்று சேர்ந்து அந்த கனமான இரும்புச் சக்கரத்தைச் சுற்ற, பல வருடங்களாகத் தேக்கி வைக்கப்பட்டிருந்த அந்த ராட்சதத் தண்ணீர், ஒரு சீற்றத்துடன் மதகின் வாயைத் தள்ளிக்கொண்டு வெளியேறியது. வெள்ளை நுரை ததும்ப, மதகின் கற்களை அதிரச் செய்தபடி தண்ணீர் சீறிப் பாய்வதைப் பார்க்கும்போது, அது வெறும் நீர் வெளியேற்றம் போலத் தெரியவில்லை; ஒரு பிரம்மாண்டமான இயந்திரத்திற்கு ரத்த ஓட்டம் பாய்வது போல அருணுக்குத் தோன்றியது.

ஊர் மக்கள் அந்தத் தண்ணீரின் வரவைக் கொண்டாடிக் கொண்டிருக்க, அருண் மட்டும் மெல்லக் கூட்டத்திலிருந்து விலகி, குளத்தங் கரையில் தான் ஏற்கனவே கண்டு பிடித்திருந்த அந்தப் பித்தளைக் கதவைத் திறந்து உள்ளே இருந்த அந்த ரகசியத் தொடுதிரையைப் பார்த்தான்.

திரையில் தரவுகள் லோட் ஆகத் தொடங்கின. அவன் ஆவலோடு எதிர்பார்த்த அந்த மாற்றம் அங்கே நிகழ்ந்திருந்தது. வரை படத்தில் நூலகத்திற்கு நேராக இருந்த அந்த சிவப்பு நிறத்

தடை இப்போது முழுமையாக மறைந்து, அந்த இடம் பச்சை நிறத்தில் மின்னிக் கொண்டிருந்தது! கூடவே "Grid unblocked. Manual Reset Successful." என்ற வாசகம் மின்னியது.

அருண் நீண்ட மூச்சை வெளியே விட்டான். இப்போது அந்த கிரிடில் உள்ள பாயிண்டர், நூலகத்தைத் தாண்டி மெல்ல நகர்ந்து கோவிலுக்குள் சென்று நின்றது. அருண் அந்தப் பகுதியைத் தனது விரலால் தொட்டான். இங்கேயும் அதே வாசகம் மின்னியது:

"Grid unblocked. Manual Reset Successful."

நிம்மதியுற்றவனாக அருண் கடந்த சில நாட்களாக நடந்த சம்பவங்களை ஒவ்வொன்றாக நினைவு கூர்ந்தான். இவை அனைத்தும் ஒவ்வொன்றாக அன்பிலாக் செய்யப்பட்டிருப்பதை அவனுடைய செயல்களுக்கும், சிஸ்டம் லாக் ஃபைல்களுக்கும் சரிபார்த்துக் கொண்டான். அப்போதுதான் அவனுக்கு அந்தப் பொறி தட்டியது, அவனது தாத்தா அவனுக்கே தெரியாமல் அவனது இருப்பு, அவனது தொடுதல் மற்றும் அவனது தேடலையே இந்த இயந்திரத்தை இயக்கும் ஒரு சாவியாகப் பயன்படுத்தியிருக்கிறார் என்பதை உணர்ந்து ஆச்சரியப்பட்டான்.

இந்த கிரிட் லாக்கில் இன்னும் ஏதேனும் மறைமுகத் தடைகள் இருக்குமா என்று அவனது மூளைத் தீவிரமாக அலசிக் கொண்டிருந்தபோது, திரையின் அடியில் ஒரு புதிய செய்தி இடைவிடாமல் மின்னத் தொடங்கியது:

"SYSTEM STANDBY: Secondary Power Source Offline. Hardware Key missing for Final sequence."

"ரீசெட் ஆகிடுச்சு... ரெட் பேரியரும் போயிடுச்சு. ஆனா இன்னும் ஏதோ ஒரு ஹார்டுவேர் சாவி இல்லாம இந்த மிஷினை ஸ்டார்ட் பண்ண முடியாது போலிருக்கே!" என்று அருண் தனக்குள் முணு முணுத்தான். யாருக்கும் எந்தச் சந்தேகமும் வராமல் அந்தப் பித்தளைக் கதவை மூடி, பழையபடி மணலால் மறைத்துவிட்டு, மதகுத் திண்ணையை நோக்கி நடந்தான்.

அவன் அந்த மதகுத் திண்ணையில் அமர்ந்து, சீறிப்பாயும் தண்ணீரைப் பார்த்தான். அவனது மனமும் அவனுக்குள் சீறிக் கொண்டிருந்தது. தான் ஒரு பயோலாஜிக்கல் சாவியாக இருக்கலாம், ஆனால் அந்த இயந்திரத்தை முழுமையாக உயிர்ப்பிக்க ஒரு பிசிகல் ஹார்டுவேர் சாவி தேவை என்பது தெளிவாகத் தெரிந்தது. "அதற்கு முன் நம்மை கண்காணிப்பது யார் என்று தெரிய

வேண்டும்," என்று தனக்குள்ளே உறுதிபடக் கூறிக்கொண்டான்.

அவன் யோசித்துக் கொண்டி ருந்தபோது, கூட்டத்தில் ஒரு மெல்லிய சலனம் ஏற்பட்டது. அருண் அந்தக் கூட்டத்தையே ஊடுருவி ஆராய்ந்து பார்த்தான். முன்பு இருந்த கூட்டமைப் பிற்கும், இப்போது அங்கே நிலவும் சூழலுக்கும் ஏதோ ஒரு நுட்பமான வேறுபாடு தெரிந்தது. ஆனால், அது என்னவென்று அவனுக்குத் தெளிவாகப் புலப்படவில்லை.

அதே நேரத்தில், தூரத்துத் தென்னந்தோப்பு மறைவில் ஒரு உருவம் அசைவது போலத் தெரிந்தது. அருண் சட்டென்று எழுந்து அந்தத் திசையை நோக்கி வேகமாக நடந்தான். அவன் அந்த இடத்திற்குச் சென்றபோது அங்கே யாரும் இல்லை. ஆனால், தரையில் கிடந்த ஒரு காய்ந்த தென்னை மட்டையின் அடியில் ஒரு காகிதத் துண்டு மடிக்கப்பட்டுக் கிடந்தது.

அருண் அதை எடுத்துப் பிரித்துப் பார்த்தான். அதில் எந்த வாசகமும் இல்லை; ஆனால் ஒரு சிறிய நில வரைபடம் கையால் வரையப் பட்டிருந்தது. அது குளத்திற்கும், அவனது தாத்தாவின் மச்சு வீட்டிற்கும் இடையில் உள்ள ரகசியத் தொடர்பைக் காட்டியது.

அவன் இந்தக் காகிதத்தை அனுப்பிய அந்த மர்ம மனிதன் யார் என்று யோசித்தபடி மச்சு வீட்டிற்குத் திரும்பினான். தூரத்திலிருந்து யாரோ தன்னைக் கண்காணிப்பதை அருண் கவனித்தான். அவர்களுக்குத் தெரியாமல் இந்தக் காகிதத்தைப் பாக்கெட்டிற்குள் பத்திரமாக மறைத்தபடி அவன் அங்கிருந்து நகர்ந்தான்.

22 வரைபடத்தின் மர்மம்

மதகுத் திருவிழா முடிந்து மக்கள் கலைந்து சென்ற பிறகு, அமுதபட்டி ஒரு அமைதியான மாலைப்பொழுதில் நனைந்திருந்தது. மச்சு வீட்டிற்குள் நுழைந்த அருண், நேராகத் தனது அறைக்குள் சென்று கதவைத் தாளிட்டான். தென்னந்தோப்பில் கிடைத்த அந்தத் துண்டுக் காகிதத்தை மேசையில் விரித்தான்.

"அப்படியானால், மச்சு வீட்டிற்கும் அந்த மதகுக்கும் நடுவே ஒரு நேரடித் தொடர்பு இருக்கிறது!" என்று அருண் வியந்தான். அவன் தனது லேப்டாப்பைத் திறந்து, ஏற்கனவே சேகரித்திருந்த கிரிட் தரவுகளுடன் இந்த வரைபடத்தை ஒப்பிட்டுப் பார்த்தான். அந்த வரைபடம் டிஜிட்டல் முறையில் அவன் கண்டறிந்த புள்ளிகளுடன் 95 சதவீதம் ஒத்துப் போனது. இந்த வீட்டின் முழுமையான வரைபடம் இருந்தால் இன்னும் துல்லியமாக இருக்கும் என்று அவன் தேடத் தொடங்கினான்.

அவனது தேடல் வீட்டின் மூலை முடுக்குகளையெல்லாம் அலசியது. இறுதியில், நிலத்தடி அறையில் ஒரு மூலையில் ஒதுக்கி

வைக்கப்பட்டிருந்த அந்தப் பழைய மர அலமாரி அவனது கவனத்தை ஈர்த்தது. அந்த அலமாரியின் கால்கள் தரையில் பதிந்திருந்த விதம், அது பல தசாப்தங்களாக அசைக்கப்படவே இல்லை என்பதைச் சொல்லியது. உடனே மேலே விரைந்து அந்தத் தென்னந்தோப்பில் கிடைத்த வரைபடத்தைக் கையில் எடுத்துக் கொண்டான்.

பிறகு அருண் மீண்டும் கீழே இருக்கும் நிலத்தடி அறைக்கு விரைந்தான். அந்த அலமாரியைத் திறக்க முயன்றான். அதன் கதவுகள் துருப்பிடித்திருந்தாலும், ஒருவித ரகசியத்தை உள்ளே பொத்தி வைத்திருப்பது போலத் தோன்றியது. அவன் பலங்கொண்டு அதைத் திறக்க முயற்சித்துக் கொண்டிருந்தபோது, மேலேயிருந்து கதவு தட்டப்படும் சத்தம் கேட்டது.

"தம்பி... உள்ளே இருக்கீங்களா? உங்களுக்குப் பிடிச்ச பருப்பு வடை சுட்டுட்டு வந்திருக்கேன்," - சுப்பையா தாத்தாவின் குரல்.

அருண் ஒரு நிமிடம் திடுக்கிட்டான். அவனது இதயம் வேகமாகத் துடித்தது. இந்த வரைபடத்தைப் பற்றித் தாத்தாவிடம் கேட்கலாமா? வேண்டாமா? "இதோ வர்றேன் தாத்தா!" என்று கத்தியபடியே அவன் அந்த அலமாரியை அப்படியே விட்டுவிட்டு

மேலே வந்தான். சுப்பையா தாத்தா வடைப் பாத்திரத்தை மேசையில் வைத்தார். வடையின் மணம் அறை முழுவதும் பரவியிருந்தது. தாத்தாவின் கண்கள் ஒரு கணம் அருணின் கையில் இருந்த அந்தக் காகிதத்தைப் பார்த்துவிட்டு, மீண்டும் அருணின் முகத்தைப் பார்த்தன. ஆனால் அவர் எதுவும் கேட்கவில்லை.

"என்ன தம்பி, ஏதோ பெரிய ஆராய்ச்சி பண்ணிட்டு இருக்கீங்க போல? உங்க தாத்தாவும் இப்படித்தான், எதையாவது வரைஞ்சுகிட்டே இருப்பாரு. அப்புறம் திடீர்னு காணாமப் போயிடுவாரு. அவருக்கு இந்த மச்சு வீடும், இந்த ஊர் மண்ணும் தான் உலகம்," என்று சொல்லிவிட்டு ஒரு மெல்லிய சிரிப்பை உதிர்த்தார்.

அருண் மெல்லத் தயங்கினான். " சுப்பையா தாத்தா, தாத்தாவோட நண்பர்கள் யாருக்காவது இந்த வீட்டைப் பற்றித் தெரியுமா? அவர் ரகசியமா எதாவது செஞ்சாரா?" என்றான் அருண் அவரை உற்றுப் பார்த்தபடி.

சுப்பையா தாத்தா சிரித்துக்கொண்டே, "இந்த ஊரே அவருக்கு நண்பர்கள்தானே தம்பி? ஆனா, உங்க தாத்தா தன்னோட விஷயத்தைத் தனக்குள்ளேயே தான் வச்சிருப்பாரு. அது ஒரு பொக்கிஷம் மாதிரி. அதைச் சரியான நேரத்துல,

சரியான காரணங்களுக்காகத் தேடுறவங்களுக்குத் தான் அது கிடைக்கும். அவசரப்பட்டா எதுவும் பிடிபடாது," என்று ஒரு தத்துவார்த்தமான பதிலைச் சொன்னார்.

அருண் குழம்பினான். 'நாம் தான் சரியான நேரத்துல இன்னும் தேடலையா? இல்ல சுப்பையா தாத்தா ஏதோ பழைய விஷயங்களைச் சொல்றாரா?' என்று அவனுக்குப் புரியவில்லை. சட்டென்று அவனுக்கு முதல் நாள் ஞாபகம் ஏனோ வந்தது. அந்தப் பழைய பித்தளைக் கதவு, மின்னஞ்சல்கள்... எல்லாமே ஒரு திட்டமிட்ட ஆட்டம் போலத் தோன்றியது. சுப்பையா தாத்தாவின் ஒவ்வொரு வார்த்தையும் ஒரு குறியீடு போல அவனுக்குத் தென்பட்டது. அதற்கு மேல் இந்தப் பேச்சை வளர்க்க வேண்டாம் என்று அவன் திசை மாற்றினான்.

சுப்பையா தாத்தா வெளியே சென்ற பிறகு அருண் மீண்டும் அந்த வரைபடத்தைப் பார்த்தான். அந்த மர்ம நபர் அனுப்பிய வரைபடம் மிகத் துல்லியமாக இருக்கிறது. "இன்னும் கொஞ்சம் தான்... அந்த ரகசிய மனிதரை நான் நெருங்கிட்டேன். அவர் என்னைக் கண்காணிக்கிறார் என்றால், அவர் எனக்கு உதவியும் செய்கிறார்," என்று அருண் தனக்குள் சொல்லிக்கொண்டான்.

அவன் மீண்டும் நிலத்தடி அறைக்குச் சென்று அந்த அலமாரியை ஆராயத் தொடங்கியபோது, ஜன்னலுக்கு வெளியே ஒரு நிழல் அசைவது தெரிந்தது. அவன் சட்டென்று ஜன்னல் அருகே சென்று பார்த்தான். இருட்டில் ஒரு உருவம் தென்னந்தோப்பை நோக்கி மறைந்தது.

"யார் அது?" அருண் பின்தொடர நினைத்தான், ஆனால் அந்த மர்ம நபர் தன்னை ஒரு பாதுகாப்பான தூரத்திலேயே வைத்திருப்பது அவனுக்குப் புரிந்தது. பயத்துடனேயே வீட்டின் கதவுகளையும் ஜன்னல்களையும் சாத்தினான். இருள் அவனுக்கு மறுடியும் முதல் நாள் ஞாபகத்தைக் கொண்டு வந்தது.

படுக்கையில் படுத்தபடியே அந்த மர்ம மனிதரைப் பற்றி யோசித்தான். தனக்கு இதுவரை அந்த மர்ம மனிதரிடமிருந்து வந்த தகவல்களை ஆராய்ந்தான். என்னதான் அது ஹிட்டன் சர்வராக இருந்தாலும் அதில் ஆபத்தில்லை என்பதை அவனது அறிவு சொன்னது. அனைத்து மின்னஞ்சல்களும் தன்னை வழிநடத்துபவையாக மட்டுமே தானே இருந்திருக்கிறது? அப்படியென்றால்...

மேலே யோசிப்பதற்குள் அவனது கண்கள் தூக்கத்தில் மூடின. அது வெறும் தூக்கமா அல்லது

பகலில் வேலை செய்த களைப்பினால் வந்த மயக்கமா? அல்லது அந்த உணவினால் வந்த மயக்கமா? அவன் ஆழ்ந்த உறக்கத்திற்குச் சென்றான். கனவில் அவனது தாத்தா அந்த மதகுத் தண்ணீருக்கு நடுவே நின்று கொண்டு, "அருண், நேரம் நெருங்கிவிட்டது!" என்று சொல்வது போலக் கேட்டது.

23 முற்றுகை

மறுநாள் காலை. பறவைகளின் சத்தம் அமுதபட்டியை எழுப்புவதற்கு முன்பே, தூரத்தில் கேட்ட அந்த கனரக வாகனங்களின் இன்ஜின் சத்தம் அருணை எழுப்பியது. அவன் திடுக்கிட்டு விழித்தான். தலை சற்று கனமாக இருந்தது. நேற்று உண்ட அந்த உணவின் பாதிப்பா அல்லது ஆழ்ந்த உறக்கத்தின் விளைவா என்று அவனால் சட்டென்று கணிக்க முடியவில்லை.

அருண் அவசரமாக மாடிக்கு விரைந்தான். மச்சு வீட்டின் ஜன்னல் வழியாகப் பார்த்தபோது, அந்த வெள்ளை நிற SUV வாகனங்கள் மீண்டும் ஊருக்குள் நுழைவதைக் கண்டான். அவை இம்முறை மச்சு வீட்டின் வாசலில் வந்து நிற்கவில்லை; மாறாக ஊரின் பொது இடங்களிலும், குளத்தின் வரப்புகளிலும் ஒருவித பேட்டர்ன் போல நிலை நிறுத்தப்பட்டன. வாகனங்களிலிருந்து இறங்கிய நபர்கள் கையில் கருவிகளுடன் நிலத்தடி அடுக்குகளை ஊடுருவிப் பார்த்துக் கொண்டிருந்தனர்.

அவர்கள் ஊரின் நிலத்தடி வரைபடத்தை சட்டென டிஜிட்டல் முறையில் ஸ்கேன்

செய்கிறார்கள் என்பது அருணுக்குப் புரிந்தது. அவனது டிஜிட்டல் திரை சிக்னல் ஸ்கேனர்களைத் தான் திசைதிருப்பி இருந்தது. 'யாரு இவர்களுக்கு இந்த நிலத்தடி அமைப்பைப் பற்றிச் சொல்லியிருக்க முடியும்?' என்று அருண் தீவிரமாக யோசித்தான்.

வாசலில் சுப்பையா தாத்தா யாரிடமோ பதற்றமாகப் பேசிக் கொண்டிருந்தார். "ஐயா, அவங்க மறுபடியும் வந்துட்டாங்க. இப்போ குளத்தோட மதகுப் பக்கம் ஏதோ மெஷின் வச்சுத் தேடுறாங்க," என்று அவர் புலம்பியது உள்ளே இருக்கும் அருணுக்குக் கேட்டது. தாத்தா அந்த மனிதர்களைத் திசைதிருப்ப முயன்று ஊர் பெரியவர்களை மச்சு வீட்டின் முன் கூட்டி இருந்தார், அருண் அன்று குளத்தங்கரையில் பார்த்த அதே ஊர் பெரியவர்கள். அவர்கள் அந்த ஆராய்ச்சியாளர்களை எப்படித் திருப்பி அனுப்புவது என்று பேசிக் கொண்டிருந்தார்கள்.

உடனடியாக நிலத்தடி அறைக்கு விரைந்த அருண், தனது லேப்டாப்பை உயிர்ப்பித்து கிரிட் லாக் உடையப் போகும் நிலையை ஆராய்ந்தான். அவர்கள் கிரிட் பாயிண்டுகளைக் கண்டுபிடித்து விட்டால், அதன் பிறகு ஹேக்கிங் முயற்சி எப்படியும் நடக்கும் என்பது அவனுக்குப் புரியத்

தொடங்கியது. அதற்குள் அவன் எதாவது செய்தாக வேண்டும். அவர்களைத் திசைதிருப்ப இதுவே ஒரே வழி.

அருண் அவர்களின் பார்வையில் படாமல் மதகிற்கு எப்படிப் போவது என்று யோசித்தான். அவனுக்கு நேற்றைய வரைபடம் நினைவிற்கு வந்தது. வரைபடத்தையும் லேப்டாப்பையும் எடுத்துக்கொண்டு மச்சு வீட்டின் ஜன்னல் அருகே உட்கார்ந்தான். அந்த ஆராய்ச்சியாளர்களை நோட்டம் விட்டபடியே அந்த வரைபடத்தைத் தீவிரமாக ஆராய்ந்தான். இந்தத் தரைவழிப் பாதையைப் பயன்படுத்துவது பாதுகாப்பானது என்று அவன் கணித்தான். ஆனால் அவர்களின் GPR ஸ்கேனரில் சிக்கிக் கொள்ளக் கூடாது என்ற முன்னெச்சரிக்கை உணர்வும் அவனுக்கு வந்தது.

மறுபடி கிரிட் பாயிண்டுகளைப் பார்த்தான், இன்னும் உடைக்கப்படவில்லை. ஒரு பெருமூச்சுடன் அவனது கைகள் வேகமாக லேப்டாப்பைத் தட்டியபடி இருந்தன. அவனது லேப்டாப் மற்றும் பிற பொருட்களுக்கு ஒரு சிக்னல் பிளாக்கிங் ராப்பர் தயாரித்துப் பாதுகாத்தான். "இது ஒரு இன்விசிபிள் சிஸ்டம்" எனத் தனக்கே சொல்லிக் கொண்டான். இருப்பினும் இது சரியான

முடிவு தானா, இந்தத் தரைவழிப் பாதை மதகு வரை போகுமா என்ற சந்தேகம் அவனுக்குள் வந்தது.

அதை யாரிடமாவது கேட்க வேண்டும் என்று நினைத்து, வார்த்தைகளை மனதுக்குள் தேர்ந்தெடுத்து, வாசலில் இருந்த ஊர் பெரியவர்களின் சலசலப்புக்கு நடுவே போய் நின்றான். அவனைக் பார்த்ததும் அங்கே ஒரு நிசப்தம் நிலவியது. ஊர் மக்கள் அன்றொரு நாள் அவர்களின் பெரிய ஐயா இதே மாதிரி ஒரு பிரச்சினைக்கு முன்னே வந்தது ஞாபகம் வந்து நெகிழ்ந்திருந்தனர்.

சுப்பையா தாத்தா மட்டும் பெருமிதத்துடன் சிரித்தார். அருண் மெல்லப் பேசத் தொடங்கினான், "நீங்க பேசிட்டு இருந்ததைக் கேட்டேன். என்னால முடிஞ்ச உதவியை இந்த ஊருக்குச் செய்யணும்னு பார்க்கிறேன். அவங்களோட கருவிகளை என்னால திசைதிருப்ப முடியும், ஆனா நீங்க எனக்கு அதுக்குக் கொஞ்சம் அவகாசம் அவங்ககிட்ட இருந்து வாங்கித் தரணும். முடியுமா?" என்று கேட்டான்.

சுப்பையா தாத்தா, "என்ன வேணும் தம்பி கேளுங்க," என்றார். அருண் அதற்குத் தனக்கு மதகு செல்ல ஒரு ரகசியப் பாதை வேண்டும் என்று

கூறினான். ஊர் பெரியவர்கள் சிலர் தங்களுக்குள் மௌன மொழிகள் பேசிக் கொண்டதை அவன் கவனித்தான். அந்தச் சங்கீத பாஷைகள் முடிந்த பின்னர் ஒரு பெரியவர், "தம்பி, உங்க வீட்டுல இருந்து ஒரு வழி இருக்கு. ஆனா அதோட நுழைவுப் பாதை உங்க தாத்தாவுக்குத் தான் தெரியும்," என்றார்.

அருணுக்கு அதைக் கேட்ட உடனே நிலத்தடி அறை ஞாபகம் வந்தது. "இதோ வரேன்" என்று கூறிவிட்டு வீட்டிற்குள் ஓடினான். அந்த வரைபடத்தை மறுபடியும் கையில் எடுத்துப் பார்த்தான். நிலத்தடி அறை அலமாரியை நகற்ற முயன்றான். அப்போதுதான் அவன் கண்களில் அந்தச் சிறிய துவாரம் பட்டது. சுப்பையா தாத்தாவின் நேற்றைய பேச்சு நினைவில் வந்தது: "அதைச் சரியான நேரத்துல, சரியான காரணங்களுக்காகத் தேடுறவங்களுக்குத் தான் அது கிடைக்கும்."

பொறி தட்டியது போல் அருணுக்கு முதல் நாள் மரப்பெட்டியில் பார்த்த அந்தச் சுழலும் கல் வட்டின் ஞாபகம் வந்தது. ஓடிப் போய் அந்த வட்டை எடுத்து வந்து அந்தத் துவாரத்தில் செலுத்தினான். அது கச்சிதமாகப் பொருந்தியது. அனைத்தும் இப்போது ஒரே கோட்டில் வருவது போல் இருந்தது. வரைபடம்,

செப்புத் தகடு, கல் வட்டு என ஒவ்வொன்றும் ஒன்றோடொன்று இணைந்து வழி காட்டின. "தாத்தா எங்கிருந்தோ நம்மை வழிநடத்துகிறார்" என்று அருண் புரிந்து கொண்டான்.

அந்த வட்டைச் சுழற்றியதும், அலமாரிக்கு அடியில் ஒரு புதிய படிக்கட்டுத் தெரிந்தது. சந்தோஷத்துடன் இதை ஊர் மக்களுக்குச் சொல்ல வெளியே வந்தான் அருண். ஆனால் அவர்கள் முகத்தில் ஆச்சரியம் ஏதுமில்லை. இவன் எப்படியும் கண்டுபிடித்து விடுவான் என்பதை ஏற்கனவே அவர்கள் அறிந்திருந்தது போல, "என்ன தம்பி... வழி தெரிஞ்சதா?" என்றார் ஒரு பெரியவர்.

"ஆமா... நான் தயார். நீங்க உதவினா..." என்று பதிலளித்தான் அருண். அவர்கள் அனைவரும் ஆளுக்கொரு திசையாக அந்த ஆராய்ச்சியாளர்கள் இருந்த இடங்களுக்குச் செல்லத் தொடங்கினர். சுப்பையா தாத்தா மட்டும் அருணுடன் உள்ளே வந்தார். "தம்பி, வெளில நாங்க பார்த்துக்கிறோம்... உள்ள உங்க பொறுப்பு," என்று கூறிவிட்டு நகர்ந்தார்.

அருண் அந்தச் செப்புத் தகட்டையும், லேப்டாப்பையும் எடுத்துக்கொண்டு அந்த இருண்ட படிக்கட்டுகளில் இறங்கத் தொடங்கினான். இது

சாதாரணச் சுரங்கப்பாதை அல்ல; இது அந்த இயந்திரத்தின் இதயத்திற்குச் செல்லும் வழி!

24 நிழல் போர்

அருண் மச்சு வீட்டின் நிலத்தடி அறையிலிருந்து அந்த ரகசியப் பாதையில் இறங்கினான். வரைபடம் காட்டியபடி அந்தப் பாதை மிகவும் குறுகலாகவும், பாறைகளுக்கு இடையே செதுக்கப்பட்டிருந்தது போலவும் இருந்தது. அவன் குனிந்தபடி, கையில் இருந்த டார்ச் வெளிச்சத்தில் முன்னேறினான்.

திடீரென அவனது லேப்டாப் திரை ஒளிரத் தொடங்கியது. அவன் திகைத்து நின்றான். நிலத்தடியில் இவ்வளவு ஆழத்தில் சிக்னல் கிடைப்பது சாத்தியமே இல்லை. ஆச்சரியத்துடன் சுவர்களைத் துழாவியபோது, அங்கே ஆங்காங்கே பழைய இரும்புப் பெட்டிகளில் சிக்னல் ரிப்பீட்டர்கள் பொருத்தப்பட்டிருப்பதைக் கண்டான். "இங்கே இது எப்படி?" - ஒரு நிமிடம் அவனது மூளை குழம்பியது. அப்போதுதான் அவனுக்குப் புரிந்தது—இந்த மாற்றங்கள் எல்லாம் தாத்தாவின் கடைசி காலங்களில் நடந்த ஒன்று என்று. கடைசி வரை தாத்தா இந்தக் கிரிட் சிஸ்டம் அமைப்பதில் எவ்வளவு தீவிரமாக ஈடுபட்டிருந்தார் என்பது அருணுக்கு இப்போது தெளிவாகப் புரிந்தது.

அந்த ரிப்பீட்டர்களின் உதவியுடன், மேலே சுற்றிக் கொண்டிருக்கும் அந்த ஆராய்ச்சியாளர்களின் நவீன டிராக்கர்களுக்குள் அருண் ஊடுரு வினான். அவன் முன்னேற முன்னேற, ஆராய்ச்சியாளர்களின் ஒவ்வொரு அசைவும் அவனது திரையில் புள்ளிகளாகத் தெரிந்தன. அவர்கள் எந்தப் புள்ளியை ஸ்கேன் செய்கிறார்களோ, அங்கே நிலத்தடியில் எதுவுமே இல்லை என்பது போன்ற போலித் தரவுகளை அவர்களின் இயந்திரங்களுக்கு அனுப்பி அவர்களைக் குழப்பினான். இப்படியே அனைத்துக் கருவிகளிலும் உள்வரும் தரவுகளை ஸ்பூஃப் செய்து, அங்கு ஒன்றும் இல்லை என்று காட்டுமாறு செய்தான்.

ஒவ்வொரு ஆராய்ச்சியாளரையும் தான் கடந்து செல்வதை, சுப்பையா தாத்தாவிடம் முன்கூட்டியே ஏற்படுத்தி யிருந்த ஒரு ரகசியத் தொடர்பைக் கொண்டு உறுதி செய்தான். இந்தத் தகவல் பரிமாற்றத்தைப் பற்றி அருண் சுரங்கப் பாதைக்கு வருவதற்கு முன்னரே சுப்பையா தாத்தாவிடம் பேசி வைத்திருந்தான். அதன் படி, ஆராய்ச்சியாளர்கள் ஓரிடத்திலிருந்து நகரும்போது, சுப்பையா தாத்தா மேலே இருந்து ஒரு இரும்புக்கம்பியால் தரையில் தட்டுவது போன்ற ஒருவிதமான அதிர்வுகளைப்

பூமியில் ஏற்படுத்தினார். இது அருணுக்கு மேலே நடப்பவற்றை உணர்த்தும் ஒரு நுணுக்கமான 'மேனுவல் கம்யூனிகேஷன்'.

ஒவ்வொரு தடையையும் நீக்கிச் சென்ற அருண், ஒருவழியாக அந்தப் பாதையின் முடிவில் இருந்தான். அங்கே வெளியே செல்ல ஒரு கதவு இருந்தது. படிக்கட்டில் ஏறி அந்தக் கதவைத் திறந்தான். அது அன்று அவன் பார்த்த அதே தென்னந்தோப்பிற்குள் இருந்தது. வெளியே வந்தவன், நிலத்தடி இருட்டிலிருந்து வெளிச்சத்திற்குத் தன் கண்களை மெல்லப் பழகிக்கொண்டான். சுற்றுப்புறத்தைச் சுழன்று பார்த்தபோது தென்னந்தோப்புப் பகுதி வெறிச்சோடி இருந்தது. குளத்தங்கரை அவன் கண்ணில் பட்டது.

அருண் குளத்தங்கரைப் பாதையை நெருங்குவதற்குள், சுப்பையா தாத்தாவும் அவருடன் இருந்த மற்றவர்களும் ஒரு பெரிய நாடகத்தை அரங்கேற்றினார். "எங்க ஊர் குளம், சாமி கும்பிடப் போறோம், இங்கே வந்து அத்துமீறக் கூடாது" என்று பெரியவர்கள் ஆராய்ச்சியாளர்களுடன் வாக்குவாதம் செய்து, அவர்களைக் குளத்தங்கரையிலிருந்து சற்றுத் தள்ளி திசைதிருப்பினர்.

யாருமற்ற அந்த நேரத்தில், அருண் மின்னல் வேகத்தில் அந்தத் தொடுதிரையை இயக்கினான். அமுதபட்டியின் கிரிட் புள்ளிகளை ஒவ்வொன்றாகத் திரையில் இழுத்து, தவறான இடங்களில் இருப்பதாக மாற்றினான். ஊர் பெரியவர்கள் அதற்குள் அந்த ஆராய்ச்சியாளர்களைத் தெற்குப் பக்கம் கொண்டு சென்றிருந்தனர். ஏற்கனவே ஒருமுறை தெற்குப் பக்கத்தில் சிக்னல் கிடைத்து, பின் சரியாக கிடைக்காததால் அவர்கள் வேறு ஊருக்குச் சென்றிருந்தனர். இன்றும் தெற்கிலிருந்தே சிக்னல் வருவதால், ஆர்வம் கொண்டு அங்கே தங்கள் ஆராய்ச்சியைத் தொடங்கினர்.

அடுத்த சில நிமிடங்களில், ஆராய்ச்சியாளர்களின் கருவிகளில் சிக்னல் பயங்கரமாக ஒலிக்கத் தொடங்கியது. "அங்கே ஒண்ணுமில்ல! சிக்னல் எல்லாம் ஊரோட தெற்குப் பக்கமா காட்டுது, சீக்கிரம் தெற்கே போவோம்!" என்று அங்கிருந்த அத்தனை ஆராய்ச்சியாளர்களையும் கூட்டிக் கொண்டு கிளம்பினர். வாகனங்கள் புழுதியைக் கிளப்பியபடி அமுதபட்டியின் தெற்கு எல்லைக்கு விரைந்தன.

ஆராய்ச்சியாளர்கள் அந்த இடத்தை விட்டு அகன்றதும், அருண் எதார்த்தமாக ஒரு மரத்தின் பின்னால் இருந்து வெளிப்பட்டு, அங்கே நின்றிருந்த கிராம மக்கள் கூட்டத்தோடு ஐக்கியமானான். சுப்பையா தாத்தாவுக்கும் அருணுக்கும் இடையே ஒரு மௌனமான கண்பார்வை பரிமாற்றம் நடந்தது. "வேலை முடிந்தது தம்பி" என்பது போலச் சுப்பையா தாத்தா அருணுக்கு ஒரு மரியாதையான ஜாடையைக் காட்டினார். ஊர் பெரியவர்களும் அருணின் திட்டத்திற்குத் துணை நின்ற பெருமிதத்தில் அமைதியாகக் கலைந்து சென்றனர்.

25 விடுபட்ட நிழல்கள்

ஆராய்ச்சியாளர்கள் கிளம்பிய பிறகு அமுதப்பட்டி ஒரு நிசப்தத்திற்குள் ஆழ்ந்தது. மச்சு வீட்டிற்குள் நுழைந்த அருணின் காலடிச் சத்தம் அந்தப் பழைய மரப்படிக்கட்டுகளில் எதிரொலித்தது. அவன் மாடியில் இருந்த தாத்தாவின் மேஜையை நெருங்கினான். அங்கு அடுக்குக் கோப்புகளை ஆராய்ந்தபோது, ஒரு மறைவான அடுக்கில் இருந்த நீல நிறக் கோப்பு அவனது கவனத்தை ஈர்த்தது.

அதன் மேல் 'Project Amudam - 2010' என்று தாத்தாவின் தெளிவான கையெழுத்தில் எழுதப்பட்டிருந்தது.

'அமுதம்'... அது அமுதப்பட்டியைக் குறிக்கிறதா? அந்தப் பெயரிலேயே ஒரு நெருக்கம் இருப்பதை அருண் உணர்ந்தான். ஆனால் அந்த ஆண்டைப் பார்த்ததும் அவனுக்குள் ஒரு கேள்வி எழுந்தது. 2010-ல் இந்தத் திட்டத்தைத் தாத்தா ஆரம்பித்திருந்தால், அது எப்போது முடிவடைந்தது? ஒருவேளை இது பாதியிலேயே நிறுத்தப்பட்டதா?

ஆனால், இங்கே நிலத்தடியில் அவன் பார்த்த சென்சார்கள், ரிப்பீட்டர்கள் மற்றும் இப்போது அவன் உணரும் அதிர்வுகளைப் பார்த்தால், தாத்தா இதில் மிகத் தீவிரமாக இருந்திருக்கிறார் என்பது மட்டும் உறுதியாகத் தெரிந்தது. அவர் எதையோ ஒன்றை முழுமையாகச் செய்து முடித்துவிட்டுத்தான் சென்றிருக்கிறார், ஆனால் அது எப்போது முழு வீச்சில் செயல்பட வேண்டும் என்பதில் ஏதோ ஒரு சூட்சுமம் இருப்பதை அருண் உணர்ந்தான்.

அந்தக் கோப்பிற்குள் இருந்த ஒரு பழைய குறிப்பேட்டில் தாத்தா ஒரு வரியை மட்டும் கையால் எழுதியிருந்தார்:

"கேட்பதை விட கவனிப்பது கடினம். மண்ணின் ஓசை அதன் மையத்தில் இணைகிறது."

அருண் அந்த வரியையே உற்றுப் பார்த்தான். 'மண்ணின் ஓசை' என்பது எதைக் குறிக்கிறது? அது நீரோட்டமா அல்லது நிலத்தடியில் ஏற்படும் அழுத்தமா?

இப்போது இரவு 2 மணி இருக்கும். ஊரே உறங்கிக் கொண்டிருக்க, நிலத்தடி யிலிருந்து வந்த அந்த மெல்லிய 'ரிதம்' இப்போது ஒரு சீராக ஏறி இறங்கும் அதிர்வாக மாறியிருந்தது போல்

அருணுக்குத் தோன்றியது. அந்தச் சத்தம் அவனது ஆழ்மனதில் ஏதோ ஒரு எச்சரிக்கையைத் தந்தது.

"ஒருவேளை இந்த அதிர்வைத் தேடித்தான் அந்த ஆராய்ச்சியாளர்கள் ஊருக்குள் வந்திருப்பார்களோ?" - அருணின் மனதில் ஒரு சந்தேகம் மின்னியது. தாத்தா விட்டுச் சென்ற அந்த 'மாபெரும் சோதனை' வெறும் காகிதத்தோடு நின்றுவிடவில்லை. அது அமுதபட்டியின் நிலப்பரப்பிற்கு அடியில் இப்போதும் உயிரோடு இருக்கிறது என்று அவன் உணர்ந்தான்.

நாளை அந்தக் கோவில் பகுதி அல்லது நூலகத்தில் இருக்கும் பழைய குறிப்புகளை மீண்டும் ஒருமுறை ஆராய்ந்தால், தாத்தா எதற்காக இந்த ஊரிலேயே தங்கிவிட்டார் என்பதற்கான விடை கிடைத்துவிடும் என்று அவனுக்குத் தோன்றியது. ஜன்னல் வழியாக அந்தப் பௌர்ணமி நிலவின் வெளிச்சத்தில் ஊரைப் பார்த்தான் அருண். அங்கே இருளில் கோவில் கோபுரமும், நூலகத்தின் மங்கலான நிழலும் ஏதோ ஒரு ரகசியத்தைச் சுமந்தபடி மௌனமாக நின்றன.

26 மௌனத்தின் இரைச்சல்

மறுநாள் காலை அருண் விழித்தபோது, அறையின் ஜன்னல் வழியாகத் தெரிந்த மங்கலான வெளிச்சம் ஒருவித பாரத்தை அவனுக்குள் ஏற்றியது. இரவு முழுவதும் அவன் காதுகளில் அந்த நிலத்தடி ரிதம் ஒலித்துக்கொண்டே இருந்தது.

வழக்கமாக எட்டு மணிக்கு மச்சு வீட்டின் படிக்கட்டுகளில் கேட்கும் சுப்பையா தாத்தாவின் காலடிச் சத்தம் இன்று கேட்கவில்லை. காபியின் மணம் இல்லை. வீடே ஒரு விசித்திரமான மௌனத்தில் ஆழ்ந்திருந்தது. " சுப்பையா தாத்தா ஏன் வரவில்லை?" - அருணுக்குள் ஒரு சிறிய நெருடல் ஏற்பட்டது.

அருண் மெல்ல எழுந்து ஜன்னல் வழியாகப் பார்த்தான். நூலகத்தின் கதவு பாதி திறந்திருந்தது. தாத்தா அங்கே ஏதோ சுத்தம் செய்து கொண்டிருக்க வேண்டும் என்று முதலில் நினைத்தான். "ஆனால் ஏன் இந்த அவசரம்?" - அருணுக்குள் அந்த நெருடல் இன்னும் அதிகமானது.

நூலகத்திற்குச் செல்லும் முன், தாத்தாவின் மேஜையை மீண்டும் ஒருமுறை ஆராய்ந்தான். ஒரு ரகசிய இடுக்கில், துருப்பிடித்த ஒரு பழைய

இரும்புப் பெட்டிக்குள் ஒரு சிறிய மெமரி கார்டு இருப்பதைக் கண்டெடுத்தான். அவசரமாகத் தனது லேப்டாப்பில் அதைப் போட்டுப் பார்த்தபோது, அது தாத்தாவின் குரலில் ஒரு பதிவு என்பது புரிந்தது.

அதிர்வுகளின் இரைச்சலுக்கு நடுவே தாத்தாவின் குரல் மிக மெல்லியதாகக் கேட்டது:

"ஆய்வு நாள் 412. அமுதப்பட்டியின் நிலத்தடி நீரோட்டத்தை ஒரு நேர்மறை அதிர்வாக மாற்றும் முயற்சியில் நான் கிட்டத்தட்ட வெற்றி பெற்றுவிட்டேன்."

அடுத்த சில நொடிகள் பதிவில் வெறும் மின்காந்த இரைச்சல்கள் மட்டுமே கேட்டன. அருண் அந்தச் சத்தத்தை டிஜிட்டல் முறையில் சீர் செய்துவிட்டு அடுத்த பதிவைத் தேடினான்.

"சோதனை அதன் அடுத்த கட்டத்தை எட்டியிருக்கிறது. இந்த நிலப்பரப்பில் இருக்கும் காந்தப்புலத்தை ஒரு கிரிட் போல என்னால் ஒருங்கிணைக்க முடிகிறது. ஆனால்... அமுதப்பட்டியின் மக்கள் இதை உணரத் தொடங்கிவிட்டார்கள். கிணற்றுத் தண்ணீர் தானாகவே கொதிக்கிறது..."

பதிவு அங்கேயே சட்டென்று நின்றது. அந்தத் துண்டிக்கப்பட்ட அமைதி, ஒரு விபரீதத்தின் மௌனம் போல அருணுக்குத் தோன்றியது. "தண்ணீர் தானாகவே கொதிக்கிறது..." - இது ஒரு சாதாரணக் கண்டுபிடிப்பு அல்ல. நிலத்தடியில் ஏதோ ஒரு பிரம்மாண்டமான ஆற்றல் மாற்றத்தை தாத்தா நிகழ்த்தியிருக்கிறார்.

அவன் லேப்டாப்பை மூடிவிட்டு, அந்த மெமரி கார்டை எடுத்துக்கொண்டு நூலகத்திற்கு விரைந்தான். நூலகத்திற்குள் நுழைந்தபோது, அருண் திடுக்கிட்டான். உள்ளே புத்தகங்கள் அனைத்தும் தரை எங்கும் கலைந்து கிடந்தன. சுப்பையா தாத்தா ஒரு அலமாரிக்கு அடியில் குனிந்து, சிதறிக் கிடந்த பழைய காகிதங்களுக்கு நடுவே எதையோ பதற்றமாகத் தேடிக் கொண்டிருந்தார்.

"என்ன நடக்குது தாத்தா? எனக்கு என் தாத்தாவைப் பத்தியும் அவர் பண்ணிட்டு இருந்த எக்ஸ்பெரிமெண்ட் பத்தியும் தெரிஞ்சுக்கணும். இந்த ஊர்ல நான் உங்களை மட்டும் தான் நம்புறேன். ப்ளீஸ் தாத்தா... என்னைச் சுத்தி, எங்க குடும்பத்தைச் சுத்தி என்ன நடக்குது? தத்தாக்கும் கிணத்து தண்ணிக்கும் என்ன சம்பந்தம்? நீங்க இங்க என்ன பண்ணிட்டு இருக்கீங்க?"

அருணின் குரலில் இருந்த தவிப்பு அந்த நூலகத்தின் தூசிகளுக்கு நடுவே எதிரொலித்தது. சுப்பையா தாத்தா அப்படியே சிலையாக நின்றார். அவர் கையில் இருந்த ஒரு பழைய வரைபடம் லேசாக நடுங்கியது. அவர் மெதுவாகத் திரும்பி அருணின் கண்களைப் பார்த்தார். அந்தப் பார்வையில் ஒரு பெரிய ரகசியத்தைச் சுமப்பதன் பாரம் அப்பட்டமாகத் தெரிந்தது.

அவர் மெல்லத் தட்டுத் தடுமாறி நடந்து சென்று, அந்தப் பழைய மர நாற்காலியில் அமர்ந்தார்.

"நீங்க கேக்குறதுக்கு இப்போ என்கிட்ட நேரடிப் பதில் இல்லை தம்பி," என்று மிகத் தாழ்ந்த குரலில் சொன்னார்.

அங்கே ஒரு கனத்த நிசப்தம் நிலவியது. அந்த மௌனத்தில் அடுக்கி வைக்கப்பட்டிருந்த பழைய புத்தகங்களின் வாசம் இன்னும் அடர்த்தியாகத் தெரிந்தது. சுப்பையா தாத்தா ஒரு முறை ஆழமாக மூச்சை இழுத்துக்கொண்டார்.

சுப்பையா தாத்தா அந்த வரைபடத்தை மெதுவாக மடித்து அருணின் பக்கம் தள்ளினார்.

"இப்போதைக்கு இதை மட்டும் எடுத்துட்டுப் போங்க. மச்சு வீட்டுல இது பத்திரமா இருக்கட்டும். நீங்க கேட்ட அந்த நாள்ல... கிணத்துத் தண்ணி ஏன்

அப்படி கொதிச்சதுன்னு தெரிஞ்சுக்க இந்த வரைபடம் உங்களுக்கு உதவும். ஆனா ஒன்னு தம்பி... அன்னைக்கு உங்க அப்பா சங்கரன் கண்ணுல நான் பார்த்த அந்தப் பயம், உங்க கண்ணுல வரக்கூடாதுன்னு மட்டும் வேண்டிக்கிறேன்."

சுப்பையா தாத்தா மீண்டும் அந்தத் தூசி படிந்த அடுக்குகளுக்குள் பார்வையைத் திருப்பிக் கொண்டார். பேச்சு அத்துடன் முடிந்தது என்பதை அந்த மௌனம் உணர்த்தியது.

அருண் அந்த வரைபடத்தைப் பெற்றுக்கொண்டு நூலகத்தை விட்டு வெளியே வந்தான். மதிய வெயில் அமுதப்பட்டியின் தெருக்களில் தகித்துக் கொண்டிருந்தது. ஆனால் அருணின் கைகளில் இருந்த அந்தப் பழைய காகிதம், ஒரு குளிர்ச்சியான அதிர்வைத் தந்து கொண்டிருந்தது. தாத்தா கண்ட அந்தத் தாளம், இப்போது தன் பையினுள் துடிப்பது போல அவனுக்குத் தோன்றியது.

27 வரைபடத்தின் மௌன மொழி

நூலகத்திலிருந்து மச்சு வீட்டிற்குத் திரும்பும் அந்தச் சிறிய தூரம் அருணுக்கு மிக நீளமானதாகத் தெரிந்தது. சுற்றியிருந்த மதிய வெயில் உடலைச் சுட்டாலும், அவனது பையினுள் இருந்த அந்த வரைபடம் ஒரு விசித்திரமான குளிர்ச்சியைத் தந்து கொண்டிருந்தது. அது ஒரு சாதாரணக் காகிதம் என்பதைத் தாண்டி, ஏதோ ஒரு உயிர்ப்புள்ள பொருள் அவனது நடையோடு சேர்ந்து துடிப்பது போன்ற பிரமை அவனுக்கு ஏற்பட்டது.

மச்சு வீட்டின் மாடிக்குச் சென்று, கதவை உட்புறமாகத் தாளிட்டான். அந்த அறை இப்போது முன்பை விடவும் ஒரு கனத்த நிசப்தத்தில் ஆழ்ந்திருந்தது. ஜன்னல் திரைகளை இழுத்துவிட்டு, மேஜையின் மேல் அந்த வரைபடத்தை மெதுவாக விரித்தான்.

அது கையால் வரையப்பட்ட அமுதப்பட்டியின் வரைபடம். ஆனால், சாதாரண நிலப்பரப்பு வரைபடங்களுக்கு மாறாக, இதில் ஊரின் நிலத்தடி நீரோட்டங்கள் நீல நிறக் கோடுகளாகவும், காந்தப்புலத்தின் செறிவுகள் சிவப்பு நிறப்

புள்ளிகளாகவும் மிக நுணுக்கமாகக் குறிக்கப்பட்டிருந்தன. அருண் அந்த வரைபடத்தின் மேல் தன் கையை வைத்தான். ஆச்சரியமாக, அந்த காகிதத்திலிருந்து ஒரு மெல்லிய ஜில்லிப்பு அவனது விரல் நுனிகளில் ஏறியது. அந்த ஜில்லிப்பு ஒரு மெல்லிய மின்சார அதிர்வைப் போல அவன் உடல் முழுவதும் பரவியது.

அவன் தனது லேப்டாப்பைத் திறந்து, கடந்த சில நாட்களாக அவன் சேகரித்த அந்தத் தாளம் மற்றும் அதிர்வெண் தரவுகளை அந்த வரைபடத்தோடு ஒப்பிட்டுப் பார்த்தான்.

அவன் கண்கள் ஒரு குறிப்பிட்ட புள்ளியில் நிலைத்தன. மச்சு வீட்டிற்குப் பின்னால் இருக்கும் அந்தப் பழைய கிணறு வெறும் நீருக்கான மூலம் அல்ல; அங்கிருந்து தொடங்கும் நிலத்தடி நீரோட்டம் சரியாக மச்சு வீட்டின் அஸ்திவாரத்திற்கு அடியில் ஒரு சுழல் போல மாறுகிறது. அந்த இடம் தான் மொத்தக் காந்தக் கிரிட்டின் மையப்புள்ளி என்பது அவனுக்குப் புரிந்தது.

வரைபடத்தின் ஓரத்தில் தாத்தாவின் கையெழுத்தில் ஒரு சிறிய குறிப்பு இருந்தது: "ஆற்றல் அழிவற்றது; அது வடிவத்தை மட்டுமே

மாற்றிக்கொள்கிறது. நீரின் ஓட்டம் சீராக இருக்கும் வரை இந்த அதிர்வு ஒரு சங்கீதம். அது தடைபடும்போது..."

அடுத்த வார்த்தை சிதைந்திருந்தது. அருணின் லேப்டாப் திரையில் அந்த அதிர்வுகளின் வரைபடம் இப்போது முன்னைவிடத் தெளிவாகத் துடிக்க ஆரம்பித்தது. வரைபடத்தில் தாத்தா குறித்து வைத்திருந்த அதே புள்ளிகளில், தற்போதைய நிலத்தடி அதிர்வுகள் மிகச் சரியாகப் பொருந்தின.

"அப்பாவுக்கு இத்தனை ரகசியங்கள் தெரியுமா?" - அருண் திகைப்புடன் யோசித்தான். ஒரு பக்கம் இந்த ஆய்வுகள் அனைத்தும் அவனது அறிவியல் ஆர்வத்திற்கு ஏற்ப வியப்பைத் தந்தாலும், மற்றொரு பக்கம் அப்பா ஏன் இந்த ஊருக்கு வருவதையே இத்தனை காலமாய்த் தவிர்த்தார் என்ற எண்ணம் வராமல் இல்லை. அவர் எதைக் கண்டு பயந்தார்? அல்லது எதைப் பாதுகாக்க முயன்றார்? ஒரு இன்ஜினியராக அருணுக்கு இது ஒரு மிகப்பெரிய கண்டுபிடிப்பு, ஆனால் ஒரு மகனாக இது ஒரு அச்சுறுத்தும் மர்மம்.

அவன் வரைபடத்தை இன்னும் உற்று நோக்கினான். ஒரு குறிப்பிட்ட நீரோட்டம் கிணற்றிலிருந்து தொடங்கி, ஊரின் எல்லையில்

இருக்கும் அந்தப் பழைய அம்மன் கோவிலை நோக்கிச் செல்வது போலக் கோடிடப்பட்டிருந்தது. அந்த வரைபடத்தில் ஒரு இடத்தில் ஒரு பெரிய வட்டம் வரையப்பட்டு, அதன் அருகே ஒரு லத்தீன் வாசகம் எழுதப்பட்டிருந்தது: “நீரும் ஆற்றலும்”.

தாத்தாவின் அந்தப் பதிவில் கேட்ட இரைச்சலும், இந்த வரைபடத்தில் இருக்கும் ஜில்லிப்பும் ஏதோ ஒரு மாபெரும் உண்மையைச் சொல்லத் துடித்தன. இந்த வரைபடம் வெறும் தகவலல்ல; அது அந்த இயந்திரத்தின் இயக்கத்தைக் கட்டுப்படுத்தும் ஒரு ரகசியக் குறிப்பு போலத் தெரிந்தது.

ஜன்னலுக்கு வெளியே தென்னை மரங்களின் சலசலப்பு கூட நின்றுவிட்டதைப் போன்ற ஒரு நிசப்தம். அமுதப்பட்டி ஏதோ ஒரு பெரிய மாற்றத்திற்குத் தயாராகி வருவது போல அருணுக்குத் தோன்றியது. அவன் வரைபடத்தின் ஒவ்வொரு கோட்டையும் அதன் ஆழத்தையும் மனப்பாடம் செய்ய முயன்றான். லேப்டாப்பில் அவன் உருவாக்கியிருந்த சிமுலேஷன், அந்த வரைபடத்தின் தரவுகளுடன் இணையும்போது ஒரு புதிய அலைவரிசையைக் காட்டியது. அது ஒரு எச்சரிக்கை ஒலியா அல்லது ஒரு வரவேற்பு ஒலியா என்று அவனால் கணிக்க முடியவில்லை.

திடீரென்று, மச்சு வீட்டின் கீழ்த் தளத்தில் ஏதோ ஒரு பாத்திரம் உருளும் சத்தம் கேட்டது. அருண் திடுக்கிட்டு வரைபடத்தைச் சுருட்டினான். சுப்பையா தாத்தா வராத இந்நேரத்தில் கீழே யார்? அவன் இதயம் வேகமாகத் துடிக்க ஆரம்பித்தது. கையில் இருந்த வரைபடத்தின் குளிர்ச்சி இப்போது ஒரு எச்சரிக்கையாக மாறியது.

28 மௌனத்தின் சாட்சிகள்

மச்சு வீட்டின் அந்தப் பழைய மரப்படிக்கட்டுகள் சத்தமிடாமல் இருக்க, அதன் ஓரங்களில் கால் வைத்து மெல்லக் கீழே இறங்கினான் அருண். சமையலறைப் பக்கம் விளக்கு எரியவில்லை, ஆனால் அங்கே ஒரு நிழல் அசைவது தெரிந்தது. கூர்ந்து கவனித்தபோது, சுப்பையா தாத்தா குனிந்து தரையில் கிடந்த சில பழைய பித்தளைப் பாத்திரங்களை மெதுவாக அடுக்கிக் கொண்டிருந்தார்.

"தாத்தா... நீங்களா? இந்த நேரத்துல என்ன பண்றீங்க இங்க?" என்று அருண் மெல்லிய குரலில் கேட்டான்.

சுப்பையா தாத்தா திடுக்கிட்டு நிமிர்ந்தார். அந்த மங்கலான வெளிச்சத்திலும் அவர் முகம் சற்று களைப்பாகத் தெரிந்தது. "இல்ல தம்பி... இன்னைக்குக் காலையிலயே என்னால வர முடியல. அதான் உங்களுக்குச் சாப்பாடெல்லாம் வந்ததா, எதுவும் தேவைப்படுதான்னு பார்க்க வந்தேன். வந்து பார்த்தா நீங்க மதியம் சாப்பிடவே இல்லை போல இருக்கு. வந்தது நல்லதாப் போச்சு.

மொதல்ல எதாவது சாப்பிடுங்க தம்பி," என்றார் அந்த மென்மையான அக்கறையுடன்.

அருண் மெல்லத் தயங்கிவிட்டு, தன் மனதில் பாரமாக இருந்த அந்தக் கேள்வியைக் கேட்டான். "தாத்தா, அப்பா ஏன் இந்த ஊரை விட்டு விலகி வந்துட்டாரு? அவருக்கும் தாத்தாவுக்கும் என்னதான் ரகசியம் இருந்தது? ஏன் இதை இவ்வளவு வருஷமா என்கிட்ட சொல்லவே இல்லை?"

சுப்பையா தாத்தா மேஜையைத் துடைத்துக் கொண்டிருந்த துணியை நிதானமாக மடித்து வைத்தார். "உங்க அப்பா விலகி வந்துட்டாருன்னு யாரு சொன்னா தம்பி? அவர் அப்பப்போ அய்யாவை வந்து பார்த்துட்டுத் தான் இருந்தாரு. வந்தாலும் ரொம்ப நாள் இங்க தங்க மாட்டாரு, ஊர்ல யார்ட்டயும் அவ்வளவு பழகினது இல்ல. நீங்க தான் இதுவரைக்கும் இங்க வரவே இல்லை," என்றார் சாதாரணமாக.

கேட்ட அருணுக்கு ஒரு ஆச்சரியமான அதிர்ச்சியாக இருந்தது. அமுதப்பட்டி என்றாலே அப்பாவுக்குப் பிடிக்காது, அங்குள்ள நினைவுகள் அவரைத் துரத்துகின்றன என்று நினைத்திருந்த அருணுக்கு, அப்பா ரகசியமாக இங்கு வந்து போன தகவல் ஒரு பேரிடியாகத் தாக்கியது.

அப்படியென்றால் தன்னிடம் இத்தனை காலம் அப்பா ஒரு நாடகத்தை ஆடியிருக்கிறாரா?

"அப்பா வந்தாரா? ஆனா எங்ககிட்ட அவர் இதைப் பத்தி பேசினதே இல்லையே தாத்தா?"

"அது அவங்க ரெண்டு பேருக்கும் நடுவுல இருந்த ஏதோ ஒரு உடன்படிக்கை தம்பி. சரி, இப்போ இதையெல்லாம் விடுங்க. மொதல்ல சாப்பிடுங்க," என்று சொல்லிவிட்டு, பதில் சொல்லத் தயங்குவது போலச் சுப்பையா தாத்தா மெதுவாகப் பின்வாசல் வழியாக வெளியேறினார்.

அருண் மீண்டும் மாடிக்கு வந்தான். அவனது மனக்குழப்பம் தாளவில்லை. தனது போனை எடுத்துத் தன் தந்தை சங்கரனுக்கு அழைத்தான். மறுமுனையில் சில மணிகளுக்குப் பின் அப்பா அழைப்பை ஏற்றார். "அருண்... சொல்லுப்பா," என்றார் நிதானமாக.

"அப்பா, எனக்கு எல்லாம் தெரிஞ்சாகணும்," அருணின் குரலில் ஒரு அழுத்தம் இருந்தது. "நீங்க ரகசியமா அமுதப்பட்டியை வந்து பார்த்திருக்கீங்க. அப்புறம் ஏன் என்கிட்ட இதை எல்லாத்தையும் மறைச்சீங்க? ஏன் என்னைத் தாத்தா கிட்ட இருந்து பிரிச்சு வச்சீங்க?"

மறுமுனையில் ஒரு நீண்ட மௌனம். பிறகு சங்கரன் பேசினார், "அருண்... உன்னை உன் தாத்தா கிட்ட இருந்து நான் பிரிக்கலை. முதல்ல உண்மையாவே வேலை அது இதுன்னு என்னால ஊர் பக்கமே வர முடியல. அதுக்குள்ள உங்க தாத்தாவோட எக்ஸ்பெரிமெண்ட் திரும்பி வர முடியாத அளவுக்கு வளர்ந்திருச்சு. அது ஒரு பெரிய அண்டர்டேக்கிங். உன்னோட இன்டெரெஸ்ட்டும் உன் தாத்தா மாதிரியே இருக்கவும், ஒரு பெரிய பொறுப்புல இருந்து உன்னைப் பாதுகாக்கணும்னு நினைச்சேன்."

அப்பா ஒரு பெருமூச்சு விட்டுத் தொடர்ந்தார். "ஒன்னு மட்டும் புரிஞ்சது அருண், அந்தத் தொழில்நுட்பம் தப்பான வழியில பயன்படுத்தப்பட்டா அமுதப்பட்டி ஊருக்கே ஆபத்து. நீ அப்போதான் ஒரு பட்டிங் இன்ஜினியர். உனக்கு அந்தத் தீவிரமும், பொறுப்பும் வர்ற வரைக்கும் அந்த ரகசியம் தெரியாம இருக்கிறதே நல்லதுன்னு நாங்க ரெண்டு பேரும் முடிவு பண்ணினோம். அதான் நீயும் உன் அம்மாவும் ஒரு கட்டத்துக்கு மேல அமுதப்பட்டிக்கு வரல... ஆமா, நீ இப்போ எங்க இருக்கே?"

அருணுக்கு என்ன சொல்வதென்று தெரியவில்லை. மறைத்த உண்மையைச்

சொல்லியாக வேண்டும். "ஆமாப்பா... நான் தாத்தாவோட மச்சு வீட்டுல தான் இருக்கேன். இங்க நடக்குற விஷயங்கள் எதுவுமே சாதாரணமா இல்லை," என்றான்.

"நீ எப்போ போன அருண்? அன்னைக்குத் தாத்தா பத்தி கேட்டதும் அமுதப்பட்டியில இருந்துதானா? என்ன பண்ணிட்டு இருக்கே இப்போ?" என்று அடுக்கடுக்காய் வினாக்களை எழுப்பினார் சங்கரன். அருண் ஒவ்வொன்றாகப் பதில் கூறிக் கொண்டிருந்தான்.

கடைசியாகச் சங்கரன், "இப்போதைக்கு எதையும் இயக்காதே அருண்," என்றார். அவர் குரலில் இப்போது பதற்றம் தெரிந்தது. "ஏன்பா அப்படிச் சொல்றீங்க?" என்ற அருணிடம், "உன் தாத்தா எதையும் சும்மா செய்யமாட்டாரு. அவர் எதை உருவாக்கினாரோ அது இன்னும் அந்த மண்ணுக்குள்ள பத்திரமாத்தான் இருக்கு. அதைத் தேடாதே... அதுவே உன்னைத் தேடி வரும். அதுவரைக்கும் பொறுமையா இரு. நானும் எவ்வளவு சீக்கிரம் முடியுமோ அவ்வளவு சீக்கிரம் ஊருக்கு வரப் பார்க்கிறேன்," என்று சொல்லிவிட்டு அழைப்பைத் துண்டித்தார்.

அருண் அந்த இருட்டில் அப்படியே நின்றான். அப்பா சொன்ன அந்த வார்த்தைகள் அவனுக்குள் ஒரு புதிய மர்மத்தைத் தொடங்கின. தாத்தா எதைப் பாதுகாத்தார்? அது என்னவென்று தெரியாமல், அந்தத் தருணத்தை நோக்கிய காத்திருப்பு அவனுக்குள் ஒரு பய கலந்த ஆர்வத்தை உண்டாக்கியது.

அவன் ஜன்னல் வழியாக வெளியே தெரிந்த அந்த இருண்ட அமுதப்பட்டியைப் பார்த்தான். ஏதோ ஒன்று அந்த ஊரின் அடியில் விழித்துக் கொண்டிருப்பது போல அவனுக்குத் தோன்றியது. தன் லேப்டாப் திரையில் ஓடிக்கொண்டிருந்த அந்தத் தாளம் எதற்காகத் துடிக்கிறது, அது எங்கே கொண்டு போய் முடிக்கப் போகிறது என்று புரியாமல் அந்த அமைதியான இரவில் அவன் மட்டும் விழித்திருந்தான்.

தாத்தாவின் அந்த 'மாபெரும் முயற்சி' எதுவாக இருந்தாலும், அது இப்போது அவனைத் தேடி வரத் தயாராகிவிட்டது என்பது மட்டும் அவனுக்குத் தெளிவாகப் புரிந்தது

29 விழிப்பின் விளிம்பில்

அப்பா போனைத் துண்டித்த பிறகும், அந்த மழுப்பலான வார்த்தைகள் அருணின் காதுகளில் ஒலித்துக் கொண்டே இருந்தன. "அதுவே உன்னைத் தேடி வரும்..." — ஒரு தெளிவான விளக்கம் கிடைக்கும் என்று எதிர்பார்த்த அருணுக்கு, இது ஒரு விசித்திரமான எச்சரிக்கையாகவே தோன்றியது. அமுதப்பட்டியில் தர்க்கம் என்பது எப்போதும் ஒரு படி தள்ளியே நின்றது. விஞ்ஞானம் இங்கே நம்பிக்கைகளோடும், ரகசியங்களோடும் பின்னிப் பிணைந்திருந்தது.

மறுநாள் காலை, மச்சு வீட்டின் ஜன்னல் வழியாக ஊடுருவிய சூரிய ஒளி அருணின் முகத்தில் விழுந்தது. இரவு முழுக்க அவன் சரியாகத் தூங்கவில்லை. லேப்டாப் திரையில் துடித்துக் கொண்டிருந்த அந்தத் தாள அலைவரிசை இப்போது ஒரு நிலையான கோடாக மாறியிருந்தது. எந்தச் சலனமும் இல்லை. எந்த எச்சரிக்கையும் இல்லை. அது ஒரு பெரிய மாற்றத்திற்கு முன்னால் இருக்கும் அமைதியைப் போலத் தோன்றியது.

அவன் கீழே இறங்கி வந்தபோது, வீடே ஒரு விசித்திரமான மௌனத்தில் இருந்தது.

வழக்கமாகச் சுப்பையா தாத்தா அதிகாலையிலேயே வந்து முற்றத்தைத் தெளித்து, காபி போட்டு வைத்திருப்பார். அடுப்பங்கரையில் பாத்திரங்கள் உருளும் சத்தமும், அவர் முணுமுணுக்கும் பக்திப் பாடல்களும் அந்த வீட்டிற்கு ஒரு உயிர்ச்சக்தியைத் தரும். ஆனால் இன்று அந்த வீடு அதன் ஆன்மாவை இழந்தது போலக் குளிர்ந்து போயிருந்தது.

"தாத்தா... சுப்பையா தாத்தா!" என்று அழைத்தான் அருண். பதில் இல்லை. அவன் மெல்லக் கொல்லையில் இருந்த பழைய கிணற்றடிக்குச் சென்றான். அங்கே சுப்பையா தாத்தா இல்லை, ஆனால் அவர் எப்போதும் வைத்திருக்கும் அந்தப் பித்தளைத் தூக்குவாளி கிணற்றுச் சுவரில் வைக்கப்பட்டிருந்தது.

உள்ளே எட்டிப் பார்த்த அருணுக்கு ஒரு கணம் இதயம் நின்றே விட்டது. கிணற்று நீர் மட்டம் அமைதியாக, அதே சமயம் சீராக உயர்ந்து கொண்டிருந்தது. எவ்வித சத்தமும் இன்றி அடியில் இருந்து நீர் ஊற்றெடுப்பது போல அதன் மட்டம் விளிம்பைத் தொட்டுக் கொண்டிருந்தது. அந்த நீர் ஒருவிதமான அதிர்வில் இருப்பதை அருண் கவனித்தான். அது வெறும் தண்ணீர் அல்ல, ஏதோ

ஒரு விசை அதைக் கீழிருந்து உந்திக் கொண்டிருக்கிறது.

அப்போது வாசலில் ஒரு ஜீப் வந்து நின்ற சத்தம் கேட்டது. அதிலிருந்து இறங்கியவர் அந்த ஊரின் விஏஓ. அவர் முகம் குழப்பத்திலும் பதற்றத்திலும் சிவந்திருந்தது.

"தம்பி... பெரிய அய்யா பேரனா நீங்க? சுப்பையா எங்க?" என்றார்.

அதற்கு அருண், "இன்னிக்குக் காலையில இருந்தே சுப்பையா தாத்தா வரலை," என்று கூறியபடியே அவரின் பதற்றத்தைக் கவனித்தான். "என்னாச்சு சார்?" என்றான் அருண்.

அதற்கு அவர், "தம்பி, நான் இந்த ஊர் விஏஓ. ஊருக் குளத்துல தண்ணி ஒரு மாதிரியா பொங்கி வருதுன்னு சொன்னாங்க. ஒரு சொட்டு மழை கூட பெய்யல... ஏன்னு தெரியல. அதான் சுப்பையாவைப் பார்க்கலாம்னு வந்தேன். அவர் காலங்காலமா இந்த ஊர் கதைகளைத் தெரிஞ்சவரு," என்றார்.

அருணின் மனம் வேகமாக வேலை செய்தது. அன்று அந்த ஆராய்ச்சியாளர்களைத் திசைதிருப்ப, குளக்கரையில் இருந்த கிரிட் புள்ளிகளை மாற்றி அமைத்து, ஒரு போலியான

இருப்பிடத்தை அவன் உருவாக்கியிருந்தான். அன்று முதல் அவன் மீண்டும் அந்தக் குளக்கரைக்குச் செல்லவே இல்லை. இப்போது நீர் மட்டம் உயர்கிறது என்றால், அவன் போட்ட அந்தத் 'தூண்டில்' என்ன நிலையில் இருக்கிறது? அந்தத் தொடுதிரை இப்போது என்ன காட்டும்?

அவன் எதையும் காட்டிக்கொள்ளாமல் விரைவுடன் குளக்கரைக்குக் கிளம்பினான். குளக்கரையில் மக்கள் ஆச்சரியத்துடன் நீர் மட்டம் உயருவதைப் பார்த்துக் கொண்டிருந்தனர். தண்ணீர் ஒருவிதமான களிம்பு போன்ற நிறத்தில் மாறி, கரையில் இருந்த பாசிகளைத் தள்ளிக்கொண்டு மேலே ஏறியது. அருண் யாரிடமும் பேசாமல், மெதுவாக அங்கிருந்து நகர்ந்து, யாருக்கும் தெரியாமல் அந்த நிலத்தடித் தொடுதிரை இருக்கும் மறைவிடத்திற்குச் சென்றான்.

அவன் அந்தத் திரையை உயிர்ப்பித்தபோது, அது இன்னும் அவன் அன்று அமைத்த அந்தத் 'தசைதிருப்பல் தரவுகளையே காட்டியது. "Status: Diverted" என்று பச்சை நிறத்தில் மின்னியது. அதாவது, அந்த ஆராய்ச்சியாளர்கள் இன்னும் அமுதப்பட்டிக்குச் சம்பந்தமே இல்லாத வேறொரு இடத்தை நோக்கித்தான் போய்க்

கொண்டிருக்கிறார்கள். அவர்கள் ஊருக்கு வெகு தொலைவில் ஏதோ ஒரு பாழ்நிலத்தைத் தோண்டிக் கொண்டிருப்பார்கள் என்று அருண் ஊகித்தான்.

ஆனால், அதற்கு அடியில் ஓடிக்கொண்டிருந்த தரவுகள் அருணுக்குப் பல கேள்விகளை எழுப்பின. நிலத்தடி அமைப்பில் ஒரு சீரான துடிப்பு உருவாகத் தொடங்கியிருந்தது. இந்த கிரிட் இதற்கு முன்னால் எப்போதாவது செயல்பட்டிருக்குமா? அல்லது இப்போதுதான் முதல் முறையாக இது உயிர் பெறுகிறதா? இந்த அமைப்பின் முழு வரைபடமும் இன்னும் அவனுக்குப் பிடிபடவில்லை. அந்தத் தாளத்தின் வேகம் அதிகரிக்க அதிகரிக்க, ஏதோ ஒரு முக்கியமான துப்பு மட்டும் அவன் கைகளில் இருந்து நழுவிக் கொண்டே இருந்தது.

அருண் அந்தத் தொடுதிரையை அவசரமாக அணைத்தான். அவன் மறைவிடத்திலிருந்து வெளியே வந்து, சாதாரணமாய் குளக்கரையில் நின்றபோது விஏஓ அவனருகே வந்தார்.

"தம்பி... என்ன, தண்ணியப் பாத்தீங்களா? ஏதாவது தெரியுதா? ஏன் இப்படி திடீர்னு ஏறுது?" என்று ஒரு சாதாரண கிராமத்துப் பெரியவருக்கே உரியக் கவலையுடன் கேட்டார்.

அருண் சட்டென்று ஒரு நிதானத்திற்கு வந்தான். "ஒண்ணுமில்லைங்க... அடியில நிலத்தடி நீரோட்டத்துல ஏதோ சின்ன மாற்றம் இருக்கும்போல. பயப்பட ஒண்ணுமில்லை, கொஞ்ச நேரத்துல சரியாயிடும்னு நினைக்கிறேன்," என்று மழுப்பலாகப் பதில் சொன்னான்.

"சரி தம்பி... சுப்பையா வந்தா குளத்து விஷயத்தைச் சொல்லுங்க. எனக்கு என்னவோ ஒரு மாதிரி பதற்றமாவே இருக்கு," என்று கூறிவிட்டு விஏஓ தன் ஜீப்பை நோக்கி நடந்தார்.

அருண் அங்கேயே நின்று குளத்தையே பார்த்துக் கொண்டிருந்தான். அவனது திசைதிருப்பல் இன்னும் திரையில் காட்டினாலும், இந்தத் தாளம் எதற்கோ தயாராவது போல அவனுக்குத் தோன்றியது. அவன் இன்னும் அந்தச் செயல்பாட்டை முழுமையாக முடிக்கவில்லை; அதற்கு ஒரு இறுதித் திறவுக்கோல் தேவை. அந்தச் சாவி இல்லாமல் இந்த இயந்திரத்தின் நோக்கத்தை அவனால் அறிய முடியாது.

அவன் மெதுவாக மச்சு வீட்டை நோக்கி நடக்கத் தொடங்கினான். சூரியன் மெல்ல மறையத் தொடங்கி, வானம் கருஞ்சிவப்பு நிறமாக மாறியது. அந்தப் பகல் பொழுது அருணுக்குப் பல மர்மங்களை விட்டுச் சென்றிருந்தது. ஆனால்,

வரப்போகும் இரவு அந்த மர்மங்களைத் தீர்க்கப் போகிறதா அல்லது இன்னும் சிக்கலாக்கப் போகிறதா என்பது அவனுக்குத் தெரியவில்லை. காலடிச் சத்தங்களைத் தவிர வேறு எந்த ஓசையும் அமுதப்பட்டியில் அப்போது கேட்கவில்லை.

30 நிழல்களின் மொழி

மாலை நேரத்து அந்தி வெளிச்சம் அமுதப்பட்டியின் தெருக்களில் இருந்து விடைபெற்றுக் கொண்டிருந்தது. மச்சு வீட்டின் மாடியில் நின்றபடி அருண் ஊரைப் பார்த்துக் கொண்டிருந்தான். ஊரே ஒருவிதமான அசாதாரண அமைதியில் ஆழ்த்தப்பட்டிருந்தது. வீடுகளில் விளக்குகள் எரியத் தொடங்கியிருந்தாலும், தெருக்களில் ஆள் நடமாட்டம் மிகக் குறைவாகவே இருந்தது. குளக்கரையில் நீர் மட்டம் உயர்ந்த செய்தி ஊர் முழுவதும் ஒரு மெல்லிய அச்சத்தைப் பரப்பியிருந்தது.

"என்ன தம்பி... மேலேயே நிக்கிறீங்க? காபி ஆறிப்போச்சு," — பின்னால் கேட்ட குரலில் அருண் திடுக்கிட்டுத் திரும்பினான். சுப்பையா தாத்தா. காலையிலிருந்து காணாமல் போயிருந்தவர், இப்போது எதையும் காட்டிக்கொள்ளாமல் இயல்பாக நின்றிருந்தார்.

"தாத்தா! எங்க போயிருந்தீங்க? விஜஓ உங்களைத் தேடி வந்தாரு. குளத்துல தண்ணி மட்டம் உயருதுன்னு ஒரே பதற்றத்துல இருக்காரு," என்றான் அருண்.

தாத்தா மெல்லச் சிரித்தார். அந்தச் சிரிப்பில் ஒருவிதமான முதிர்ச்சியும், ரகசியமும் கலந்திருந்தது. அவர் மாடியின் கைப்பிடிச் சுவரைப் பற்றிக் கொண்டு தூரத்தில் தெரிந்த அந்த இருண்ட கோபுரத்தைப் பார்த்தார்.

"நான் எங்கேயும் போகல தம்பி. இந்தக் குளத்து நீர் மட்டம் உயருறதைப் பார்த்ததும், பழைய கணக்குகளைச் சரிபார்க்கப் போயிருந்தேன். உங்க தாத்தா சொல்லிக் கொடுத்த கணக்கு அது. 'எப்பெல்லாம் பூமி தாகத்துல தவிக்குதோ, அப்போ அமுதப்பட்டியோட இதயம் துடிக்க ஆரம்பிக்கும்'னு சொல்லுவாரு," என்றார் தாத்தா மெல்லிய குரலில்.

அருண் சட்டென்று நின்றான். "தாத்தா, நீங்க சொல்றதுக்கும் இப்போ நடக்குறதுக்கும் சம்பந்தமே இல்லையே? பூமி தாகத்துல இருந்தா கிணறு வத்திருக்கணும். ஆனா இப்போ கிணத்துல தண்ணி வழிஞ்சு வெளிய ஓடுது. குளத்துல தண்ணி பொங்குது. இது தாகம் இல்லையே..."

தாத்தா அவனை ஏறிட்டுப் பார்த்தார். அந்தப் பார்வையில் ஒரு எச்சரிக்கை இருந்தது. "அதுதான் தம்பி விபரீதம். தாளம் தப்பிப்போச்சு. தாகம் இல்லாதப்போ தண்ணியை உள்ள தள்ளுனா மூச்சு திணறும் இல்லையா? அமுதப்பட்டிக்கு இப்போ

மூச்சு திணறுது. நிழல் நகர்றதுக்குள்ள அந்தத் தாளத்தைச் சீராக்கலைன்னா, விடியுறப்போ நிலைமை வேற மாதிரி இருக்கும்."

அவர் அதற்கு மேல் எதுவும் பேசவில்லை. கீழே இறங்கிச் சென்றார். அருண் அங்கு நிற்கவில்லை; தாத்தா சொன்ன அந்த 'நிழல்' மற்றும் 'தாளம்' என்ற வார்த்தைகள் அவனை நிலத்தடி அறையை நோக்கி உந்தின. அவன் வேகமாகக் கீழே இறங்கி வந்தான்.

அவன் முற்றத்தைக் கடந்தபோது, திடீரென்று ஊரே இருளில் மூழ்கியது. வீடுகளில் இருந்த விளக்குகள் அனைத்தும் சட்டென்று அணைந்தன. இது வழக்கமான மின்வெட்டு மாதிரி இல்லாமல், ஊரின் மொத்த ஆற்றலையும் ஏதோ ஒரு மாபெரும் விசை ஒரே நொடியில் உறிஞ்சிக் கொண்டது போலத் தோன்றியது. அந்த காரிருளில் நிலவு மட்டும் மேகங்களுக்குப் பின்னால் இருந்து கம்பீரமாக வெளிவந்தது.

"தாத்தா! என்னாச்சு? நான் வந்ததுலேர்ந்து இங்க கரண்ட் கட் ஆகவே இல்லையே. இன்னைக்கு தண்ணி கூடினதுக்கும், இந்த பவர் கட்டுக்கும் ஏதாவது சம்பந்தம் இருக்கா?" என்று இருட்டில் அருண் குரல் கொடுத்தான்.

சுப்பையா தாத்தா மெல்ல நடந்து சென்று முற்றத்தின் மூலையில் இருந்த மாடக்குழியில் ஒரு அகல் விளக்கை ஏற்றினார். அந்தச் சிறிய சுடர் ஒளியில் அவர் முகம் இன்னும் மர்மமாகத் தெரிந்தது. முதல் நாள் அருண் வந்தபோது அவர் எப்படி விளக்கேற்றினாரோ, அதே நிதானத்துடன் இப்போதும் மற்ற மாடங்களிலும் விளக்கேற்றத் தொடங்கினார்.

"எல்லாம் ஒண்ணுக்குள்ள ஒண்ணுதான் தம்பி. அறிவு தேடுற விடை கண்ணுக்குத் தெரியாது, காலத்துக்குத்தான் தெரியும்னு உங்க தாத்தா சொல்லுவாரு. இப்போ காலமே அந்த விடையைக் கொண்டு வந்து முற்றத்துல வச்சிருக்கு, பாருங்க," என்றார் தாத்தா ஒரு விளக்கை ஏற்றிவிட்டு.

விளக்குகளின் மெல்லிய ஒளியும், மேலிருந்து விழுந்த நிலவொளியும் அந்த முற்றத்தில் ஒரு விசித்திரமான நிழல் ஆட்டத்தை உருவாக்கின. மச்சு வீட்டின் கூரை இடுக்கின் வழியாக நிலவொளி நேராக முற்றத்தில் விழுந்தது. அந்த நிலவொளி, முற்றத்தின் ஒரு குறிப்பிட்ட தூணின் நிழலைத் தரையில் நீளமாக வரைந்திருந்தது.

அருண் ஒரு கணம் திகைத்து நின்றான். அவன் மனக்கண்ணில் முதல் நாள் இதே முற்றத்தில் விழுந்த நிழல் நிழலாடியது.

"தாத்தா, முதல் நாள் இந்த நிழல் அந்தத் தூணுக்கு இடது பக்கம் இருந்தது இல்லையா?" என்று மெதுவான குரலில் கேட்டான் அருண்.

"ஆமா தம்பி. அன்னைக்கு நிலவு வேற இடத்துல இருந்தது. இன்னைக்குக் கணக்கு இங்க. எல்லாம் ஒரு தாளத்தோட கணக்கு தான் தம்பி," என்றார் தாத்தா. "சரி தம்பி, நான் எங்க வீட்டுக்குப் போய் விளக்கேத்தணும். உங்களுக்குத்தான் இருட்டுப் பழக்கமாச்சே? நான் வரட்டுமா? சாப்பாடு உள்ள இருக்கு," என்று சொன்னபடி நிதானமாக முற்றத்தைக் கடந்து வெளியேறினார்.

அருண் எவ்விதப் பதிலும் சொல்லவில்லை. தாத்தா வெளியேறியதும் அந்த மச்சு வீடே நிசப்தமானது. அருண் மெல்ல அந்தத் தாமரை இதழின் அருகே சென்று மண்டியிட்டான். தன் மொபைல் டார்ச் வெளிச்சத்தில் அதை உற்றுப் பார்த்தான். அது வெறும் பித்தளைச் செதுக்கல் போலத்தான் தெரிந்தது. அவன் விரல்களால் அதைத் தடவிப் பார்த்தான், ஆனால் எந்த மாற்றமும் இல்லை.

மீண்டும் நிமிர்ந்து அந்தத் தூணின் நிழலைப் பார்த்தான். அது இப்போது தாமரை இதழின் விளிம்பைத் தொட்டிருந்தது. அருண் தன் மூச்சைப் பிடித்துக் கொண்டு காத்திருந்தான். நிலவு மேகங்களை விட்டு முழுமையாக வெளிவர, நிலவொளி இன்னும் பிரகாசமானது. சரியாக அந்த நிழல் தாமரை இதழின் மையப் புள்ளியில் நிலைத்த அந்த விநாடியில், இதழின் ஒரு மூலையில் ஏதோ ஒன்று மின்னியது.

அவன் கண்கள் விரிந்தன. அவன் அவசரமாக அந்த குறிப்பிட்ட இதழைத் தன் விரல்களால் அழுத்தித் திருப்பினான். ஒரு மெல்லிய இயந்திரச் சத்தத்துடன் அந்த இதழ் விலக, உள்ளே ஒரு சிறிய பள்ளத்தில் ஒரு செப்புச் சாவி கிடந்தது. அது பழங்காலத்துச் சாவி போல இருந்தாலும், அதன் மேல் இருந்த நுணுக்கமான வேலைப்பாடுகள் அது ஒரு நவீன தொழில்நுட்பத்தின் அங்கம் என்பதைக் காட்டின.

அருண் அதைத் தன் கையில் எடுத்தான். அது ஒருவிதமான வெப்பத்தை உறிஞ்சி வைத்திருந்தது போலக் கதகதப்பாக இருந்தது.

"கிடைத்துவிட்டது!"

அவன் உற்சாகத்துடன் எழுந்து, தன் லேப்டாப் இருந்த இடத்திற்கு ஓடினான். அந்தச் சாவியை எங்கே பொருத்த வேண்டும் என்று தேடத் தொடங்கினான். பெட்டிக்குள் கிடைத்த செப்புத் தகடுகளின் இடுக்குகள், மச்சு வீட்டின் சுவர்களில் இருந்த துவாரங்கள் என எல்லாவற்றையும் தன் வரைபடத்தோடு ஒப்பிட்டுப் பார்த்தான். ஆனால், அந்தச் சாவியைப் பொருத்துவதற்கான எந்த ஒரு பொருத்தமான இடமும் அவனுக்குத் தென்படவில்லை.

நேரம் ஓடிக்கொண்டிருந்தது. கிரிட்டின் அழுத்தம் சீரற்ற அலைகளாகத் திரையில் மின்னிக் கொண்டிருந்தது. அவன் பலமுறை முயற்சித்துத் தோற்றான். ஒரு கட்டத்தில் அவனது பொறுமை நிதானத்தை இழந்தது. அவனது விரக்தி உச்சத்தை எட்டியபோது, அவனது மொபைல் ஒரு மெல்லிய சத்தத்துடன் சிணுங்கியது. அந்த மின்னஞ்சலில் இருந்த வரிகள் இவைதான்:

"ஒன்பது நாள் கோபுர நிழலை அறியாதவன் இன்று அறிந்தான். விடை உன் கையில், வினா தூரத்தில். தையல் நாயகி நூல் கோர்க்கும் நேரம் வரும் வரை... காத்திரு."

அந்த வரிகளைப் பார்த்ததும் அருணுக்கு ஒரு கணம் மூச்சு நின்றது போலிருந்தது. "கோபுர நிழல்... ஒன்பது நாள்..." என்று முணுமுணுத்தவன், சட்டென்று திடுக்கிட்டு நிமிர்ந்தான். இத்தனை நாட்களாகத் தரவுகளுக்குள்ளும், தாளத்தின் பின்னால் ஓடியதிலும் அவன் ஒரு முக்கியமான இழையைத் தவறவிட்டுவிட்டதை அந்தச் செய்தி அவனுக்கு உணர்த்தியது.

"அந்த மனிதன்..."

அருணின் கண்கள் அந்த இருண்ட அறையைத் துழாவின. ஆய்வுகளிலும், இந்த மச்சு வீட்டின் மர்மங்களிலும் மூழ்கிக்கிடந்த தான், இந்த விளையாட்டின் சூத்திரதாரியைத் தேடத் தவறிவிட்டோமே என்று அவனுக்குள் ஒரு மெல்லிய நடுக்கம் பரவியது. தன்னை ஒரு நிழலைப் போலத் தொடரும் அந்த மின்னஞ்சல் மனிதரின் இருப்பு அவனுக்கு இப்போது ஒரு பெரும் அதிர்ச்சியைக் கொடுத்தது.

அவன் அந்தச் செப்புச் சாவியைத் தன் கையில் இறுக்கமாகப் பிடித்துக்கொண்டான். அந்த உலோகத்தின் கதகதப்பு அவனது நரம்புகளில் ஒரு புதுத் தெம்பைக் கொடுத்தது. 'நூல் கோர்க்கும் நேரம்' எப்போது வரும் என்பதைத் தேடுவதோடு,

திரைக்குப் பின்னால் இருக்கும் அந்த நபரையும் கண்டறிய வேண்டிய கட்டாயத்தை அவன் உணர்ந்தான்.

ஊரே இருளில் மூழ்கிக் கிடக்க, மச்சு வீட்டின் அந்த இருண்ட அறையில் அருண் மட்டும் அந்தச் சாவியுடனும், புதிய புதிருடனும் விழித்திருந்தான். அமுதப்பட்டியின் பேராற்றல் அந்தச் சாவியில் அடங்கிக் கிடக்க, அது சரியான இடத்திற்காகக் காத்திருந்தது.

31 விடியலும் வினாவும்

மறுநாள் காலை. ஜன்னல் வழியாக ஊடுருவிய சூரிய வெளிச்சம் அருணின் முகத்தில் விழுந்து அவனை எழுப்பியது. இரவு முழுவதும் அந்த மர்ம மின்னஞ்சலைப் பற்றியும், கையில் இருக்கும் செப்புச் சாவியைப் பற்றியும் யோசித்துக் கொண்டிருந்தவன், எப்போது உறங்கினான் என்றே தெரியவில்லை. கனவிற்கும் நனவிற்கும் இடைப்பட்ட ஒரு நிலையில் அவன் மனம் அந்த நிலவொளி நிழலையே சுற்றிக் கொண்டிருந்தது.

திடீரென்று விழிப்பு வந்ததும், அவனது முதல் எண்ணம் நேற்று இரவு தாத்தா கொடுத்த எச்சரிக்கையைப் பற்றித்தான் இருந்தது. "விடியுறப்போ நிலைமை வேற மாதிரி இருக்கும்" என்று அவர் சொன்னது அவனது காதுகளில் ஒரு கட்டளையைப் போல ஒலித்துக் கொண்டே இருந்தது. அருண் பதற்றத்துடன் கட்டிலை விட்டு எழுந்து மாடிக்கு ஓடினான்.

அவன் எதிர்பார்த்தது ஒரு பெரும் அபாயத்தை. ஆனால், மொட்டை மாடியில் இருந்து குளத்தைப் பார்த்த அருண் அப்படியே ஸ்தம்பித்து நின்றான். குளம் மகா அமைதியாக இருந்தது. நேற்று மாலை

வரை கரையைத் தாண்டி அச்சுறுத்திக் கொண்டிருந்த நீர்மட்டம், இப்போது அதன் இயல்பான நிலைக்குத் திரும்பியிருந்தது. ஏதோ ஒரு மாயவித்தை நடந்தது போல, அந்த அதிகப்படியான நீர் எங்கே போனது என்ற சுவடே இல்லாமல் பூமிக்குள் உள்வாங்கியிருந்தது.

அருண் அவசரமாகக் கீழே இறங்கி வந்து, வீட்டின் பின்வாசல் பக்கத்திற்கு ஓடினான். அங்கே இருந்த கிணற்றை எட்டிப் பார்த்தான். நேற்று இரவு நீர் வழிந்து வெளியேறியதற்கான ஈரப்பதம் இன்னும் கிணற்றின் மேலடுக்குச் சுவர்களில் ஆங்காங்கே கசிந்து கொண்டிருந்தது. ஆனால் இப்போது, கிணற்று நீர் பல அடி ஆழத்திற்குத் தணிந்து காணப்பட்டது. இவ்வளவு குறுகிய நள்ளிரவு நேரத்திற்குள். இத்தனை கன அடி நீர் எங்கே போனது என்ற சுவடே தெரியாமல் பூமிக்குள் உள்வாங்கியிருந்தது.

அருண் திகைப்புடன் அந்த ஆழத்தைப் பார்த்தான். "யாரும் பம்ப் செட் போட்டு இறைக்கவில்லை... இவ்வளவு சீக்கிரம் எப்படி?" என்று தனக்குள்ளே முணுமுணுத்துக் கொண்டான்.

அவன் மெல்லத் திரும்பி மீண்டும் வீட்டிற்குள் வந்து, முற்றத்தில் இருந்த அந்தத் தாமரை இதழ் செதுக்கலின் அருகே அமர்ந்தான். பகல்

வெளிச்சத்தில் அது மிகவும் சாதாரணமாகத் தெரிந்தது. அவன் விரல்களால் அந்தப் பித்தளைச் செதுக்கலைத் தடவினான். இப்போது அதில் எந்த அசைவோ, மின்னலோ இல்லை; அது மீண்டும் ஒரு ஜடமான உலோகச் செதுக்கலாகவே காட்சியளித்தது. அவன் தன் பாக்கெட்டில் இருந்த அந்தச் செப்புச் சாவியை வெளியே எடுத்தான்.

அப்போது, வழக்கம்போல வாசலில் மிதிவடி சத்தம் கேட்டது. சுப்பையா தாத்தா கையில் ஒரு தூக்குச்சட்டியுடனும், காபி பிளாஸ்குடனும் உள்ளே வந்தார். "என்ன தம்பி... விடிய விடிய தூக்கம் இல்லையா? இந்தாங்க, சூடா காபி குடிங்க. அப்புறம் பழைய சோறும் துவையலும் கொண்டு வந்திருக்கேன், சாப்பிடுங்க," என்று சொல்லிக்கொண்டே திண்ணையில் வைத்தார்.

அவர் போன பிறகு, அருண் அவர் கொடுத்த உணவைச் சாப்பிட அமர்ந்தான். அப்போதுதான் அவன் மனம் அந்த விசித்திரமான தர்க்கத்திற்குள் புகுந்தது.

"சுப்பையா தாத்தாவுக்கு ஏதோ தெரிந்திருக்கிறது... ஆனால் அவர் ஏன் என்னிடம் எதையும் சொல்லவில்லை?" என்ற கேள்வி அவனைக் குடைந்தது. அவர் இன்று காலை

கொண்டு வந்த அந்தத் துவையலின் மணம், அருண் தன் தாத்தாவின் வீட்டில் பார்த்த ஏதோ ஒரு பழைய ஏட்டுச் சுவடியின் வாசனையை அவனுக்கு நினைவுபடுத்தியது. கறையான்கள் அண்டாமல் இருக்கவும், ஏடுகளில் இருக்கும் மை அழியாமல் இருக்கவும் பயன்படுத்தப்படும் ஒரு வகை அபூர்வமான மூலிகை எண்ணெய் அது.

வெறும் சமையல்காரராகத் தன்னைத் காட்டிக்கொள்ளும் ஒருவரால், எப்படித் தன் தாத்தாவின் ரகசியக் குறிப்புகளில் இருந்த அதே மணத்தை உணவிலும் கொண்டுவர முடிகிறது? இது எதேச்சையாக நடந்ததல்ல. சுப்பையா தாத்தா இந்த எல்லாப் பயணத்திலும் தாத்தா கூடவே இருந்திருக்க வேண்டும். இல்லை ஒருவேளை சுப்பையா தாத்தா வெறும் மருந்து தான் கொடுத்தாரோ? அதை அருணின் தாத்தா தனியாகவோ அல்லது அந்த ரகசிய மனிதரின் உதவியோடு இந்த முயற்சிகளைச் செய்தாரா?

வெயில் ஏற ஏற அருண் மண்டைக்குள்ளும் ஒரு பிரகாச சூரியன் ஏறத் தொடங்கியிருந்தது. ஆனால் அந்தப் பிரகாசம் கண் கூசும் அளவுக்குக் கூடுதலாக இருக்கவே, அருணுக்கு கண் முன்னே என்ன இருக்கிறது என்று தெரியாமல் போனது. எதுவாயினும் சுப்பையா தாத்தா தனக்கு ஏதோ ஒரு

செய்தியை அந்த உணவின் மூலமே கடத்தியிருக்கிறார் என்று நம்பினான். அவர் சும்மா சமைத்துப் போட வரவில்லை என்ற எண்ணம் மட்டும் ஆணித்தரமாகத் தோன்றியது.

அருண் தனது பையையும், லேப்டாப்பையும் எடுத்துக் கொண்டான். எதையோ தீர்மானித்தவனாக அவன் வீட்டை விட்டு வெளியே வந்தான். தூரத்தில் தெரிந்த அந்தக் கோவில் கோபுரத்தைப் பார்த்தான். சூரியன் மெல்ல உயரத் தொடங்கியிருக்க, அந்த கோபுரத்தின் நிழல் தெருக்களில் தன் பாதையை வரைய ஆரம்பித்திருந்தது.

அந்த நிழலைப் பின்தொடரத் தொடங்கிய அருண், தெரு முனையில் நின்ற அந்தப் புதிய கறுப்பு நிற SUV வாகனத்தை ஒரு நிமிடம் ஏறிட்டுப் பார்த்தான். நேற்று வரை இருந்தது வெள்ளை வாகனங்கள், இன்று கறுப்பு. நிழலைப் போலவே கறுப்பு நிறமும் அவனைத் துரத்தத் தொடங்கியது.

32 தையல் நாயகி நூல் கோர்க்கும் நேரம்

அவன் அந்த நிழலைப் பின்தொடரத் தொடங்கினான். கோபுரம் காட்டும் அந்த 'வினா' எங்கே இருக்கிறது என்பதைத் தேடுவது மட்டுமே இப்போது அவன் முன்னால் இருந்த ஒரே வழி. வழியில் அவன் ஒருமுறை தன் தோளுக்குப் பின்னால் திரும்பிப் பார்த்தான். அந்தத் தெருவின் முனையில் ஒரு கறுப்பு நிற SUV வாகனம் மெதுவாக நகர்ந்து கொண்டிருந்தது. அவர்கள் தன்னைத் தொடர்ந்து வருகிறார்கள் என்பது அவனுக்கு உறுதியாகத் தெரிந்தது.

கோவில் நுழைவாயிலுக்கு வெளியே அந்த கறுப்பு SUV வந்து நின்றது. அருண் அதைத் திரும்பிப் பார்க்கவில்லை. அவர்கள் தன்னைத் தொடர்ந்து வருகிறார்கள் என்று தெரிந்தும், அவன் தன் கவனத்தை அந்தச் சாவியில் மட்டுமே வைத்திருந்தான்.

கோவில் பிரகாரம் வழக்கத்தை விட நிசப்தமாக இருந்தது. அருண் உள்ளே நுழைந்தபோது,

கோபுரத்தின் நிழல் பிரகாரத்தின் தரைக்கற்களில் மெல்ல ஊர்ந்து கொண்டிருந்தது. அவன் கையில் இருந்த அந்தச் செப்புச் சாவி, அவனது கைச்சூட்டில் இன்னும் வெப்ப மடைந்திருப்பதை உணர்ந்தான். கோவிலுக்குச் சென்றவன், அங்குள்ள ஒரு கல் திண்ணையில் அமர்ந்து அந்த நிழல் நகர்வதைக் கவனித்தான்.

'தையல் நாயகி நூல் கோர்க்கும் நேரம்' - அவன் சிந்தனையில் இது மட்டுமே ஓடிக்கொண்டிருந்தது.

சரி, தையல் நாயகியிடம் வந்தாயிற்று. ஆனால் 'நூல் கோர்க்கும் நேரம்' என்றால் என்ன என்ற கேள்விக்கு அவனிடம் பதில் இல்லை. அது தவிர 'வினா' எங்கே? இவ்வளவு பெரிய கோவிலில் இந்தச் செப்புச் சாவி செல்லும் துவாரம் எதுவாக இருக்கும்?

நிழல் இப்போது ஒரு குறிப்பிட்ட திசையை நோக்கி நகரத் தொடங்கியிருந்தது. அந்தப் பிரகாசத்தில் நிழல்கள் கூட ஒருவித மாயத் தோற்றத்தைத் தந்தன.

அவன் பார்வையைச் சன்னதியை நோக்கித் திருப்பினான். கோவிலின் உட்பிரகாரத்தில் ஒரு வயதான மூதாட்டி அமர்ந்து பூத் தொடுத்துக் கொண்டிருந்தார். அவர் ஊசியில் நூலைக் கோர்க்க முயற்சிப்பதும், வெளிச்சம் போதாமல் கண்கள்

சுருங்குவதும் அருணின் கவனத்தை ஈர்த்தது. சட்டென்று அவனுக்கு ஒரு பொறி தட்டியது.

'நூல் கோர்க்கும் நேரம்...'

அவன் கோபுர நிழலைப் பார்த்தான். கோபுரத்தின் உச்சியில் இருக்கும் ஒரு துளை வழியாகச் சூரிய ஒளி ஊடுருவி, தரையில் ஒரு மெல்லிய கோடாக விழுந்து கொண்டிருந்தது. அந்த ஒளிக்கோடு ஒரு ஊசியைப் போலத் தெரிந்தது. சூரியன் நகர நகர, அந்த ஒளிக்கோடு தரையில் இருந்த ஒரு தூணின் அடிப்பகுதியை நோக்கி நகர்ந்தது.

"அதுதான் நூல்..." என்று முணுமுணுத்தான் அருண்.

அந்த ஒளிக்கோடு சரியாக எங்கே போய் முடிகிறதோ, அதுதான் அந்தச் சாவிக்கான துவாரம். அவன் திண்ணையை விட்டு எழுந்து அந்த ஒளிக்கோட்டைப் பின்தொடர்ந்தான். அந்த ஒளி மெல்ல மெல்ல நகர்ந்து, சன்னதிக்கு முன்னால் இருந்த ஒரு பழமையான கருங்கல் தூணின் இடுக்கில் வந்து நின்றது. அங்கே ஒரு சிறிய விரிசல் போலத் தெரிந்தது.

அருண் குனிந்து பார்த்தான். அது வெறும் விரிசல் அல்ல; மிகத் துல்லியமாகச் செதுக்கப்பட்ட

ஒரு துளை. அவன் கையில் இருந்த சாவியின் பற்களுக்கு அது சரியாகப் பொருந்தும் என்பது பார்த்தவுடனேயே புரிந்தது.

அவன் அந்தச் சாவியை அந்தத் துளைக்குள் அழுத்திச் செருகினான்.

அருண் அந்தச் சாவியைத் திருப்ப முயற்சிக்கும் முன்பே, ஒரு நிழல் அவன் மேல் விழுந்தது.

33 மௌன சாட்சிகள்

அருண் அப்படியே உறைந்து நின்றான். காலத்தின் சக்கரம் சுழல்வது நின்றுவிட்டது போன்ற ஒரு உணர்வு அவனுக்கு ஏற்பட்டது. அவன் கைகள் இன்னும் அந்தச் செப்புச் சாவியைத் தூணின் இடுக்கில் இருந்த துளைக்குள் பற்றிக்கொண்டிருந்தன. அவன் உடல் மேல் விழுந்த அந்த நிழல், வெயிலின் உக்கிரம் தெரியாதபடி அவனை மறைத்திருந்தது. அந்த நிழல் யாருடையது என்பதை ஊகிக்கும் துணிச்சல் கூட அவனிடம் அப்போது இல்லை. மூச்சை மிக மெதுவாக உள்ளிழுத்து, எதற்கும் தயாரான நிலையில் மெல்லத் தலை நிமிர்ந்து பார்த்தான்.

அவனுக்கு முன்னால் நின்றிருந்தது அவன் எதிர்பார்த்த அந்த கறுப்பு SUV மனிதர்கள் அல்ல. கோவிலின் குருக்கள் அங்கே நின்றிருந்தார். கையில் ஒரு தட்டுடன் இருந்த அவர், அருண் தரையில் அமர்ந்து தூணின் அடியில் ஏதோ ரகசியமாகத் தேடிக்கொண்டிருப்பதைக் கண்டு வியப்புடன் பார்த்தார். அந்தப் பழைய தூணின் இடுக்கில் ஒருவன் ஏன் இவ்வளவு தீவிரமாகச்

சாவியைச் செருகிக் கொண்டிருக்கிறான் என்பது அவருக்குப் புரியவில்லை.

"என்ன தம்பி, எதையாவது தொலைச்சிட்டியா? ரொம்ப நேரமா இங்கேயே உட்கார்ந்திருக்கே," என்று அவர் மிக இயல்பாகக் கேட்டார்.

அருணுக்கு இதயம் தன் இடத்திலிருந்து விலகி தொண்டைக் குழிக்கு வந்துவிட்டது போல இருந்தது. உள்ளங்கைகளில் வியர்வை அரும்பியது. "இல்லை... அது... சும்மா ஒரு பொருளைத் தேடினேன்..." என்று நாத்தடுமாறினான். அவன் கை சாவியைத் துளைக்குள் இன்னும் ஆழமாக அழுத்தி, அது வெளியே தெரியாதபடி தன் விரல்களால் மறைத்துக் கொண்டிருந்தது.

குருக்கள் அவனை ஒரு நிமிடம் கூர்ந்து பார்த்தார். "சரி, சீக்கிரம் கிளம்பு தம்பி. வெயில் ஏறிருச்சு. அப்புறம் நடை சாத்திருவாங்க. மதிய நேரத்துல கோவில்ல யாரும் இருக்கக் கூடாது," என்று சொல்லிவிட்டு, கருவறையை நோக்கித் தளர்வான நடையுடன் நடந்தார்.

அவர் மறைந்ததும் அருண் ஒரு நீண்ட பெருமூச்சை விட்டான். ஆனால் அந்த நிம்மதி ஒரு விநாடி கூட அவனிடம் நீடிக்கவில்லை.

பிரகாரத்தின் ஒரு முனையில் இருந்த கல் தூண்களுக்குப் பின்னால், அந்த மூன்று மனிதர்கள் நிற்பதை அவன் கவனித்தான். அவர்கள் எப்போது உள்ளே வந்தார்கள், எவ்வளவு நேரமாகத் தன்னைக் கவனித்துக் கொண்டிருக்கிறார்கள் என்பது அவனுக்குப் புரியவில்லை. அவர்களின் பார்வை அருணின் முகத்திலோ அல்லது அவனது பயத்திலோ இல்லை. அவன் கைகள் எதைச் செய்து கொண்டிருக்கின்றன என்பதன் மீது மட்டுமே அவர்களின் முழு கவனமும் இருந்தது.

அருணுக்குள் ஒரு சொல்லொணா படபடப்பு தொற்றிக்கொண்டது. சாவியை அவர்கள் ஒருவேளை வலுக்கட்டாயமாகப் பறித்துக்கொண்டால் என்ன செய்வது? அல்லது தன்னை இங்கேயே கட்டிப்போட்டுவிட்டு அவர்கள் அந்தச் சாவியைத் திருப்புவார்களோ? அவன் உள்ளம் வருந்தியது. ஆனால் அடுத்த கணமே ஒரு தீர்மானம் பிறந்தது. 'நமக்கென்ன ஆனாலும் பரவாயில்லை, இந்தத் தேடலின் இறுதி விடையை இணைக்க வேண்டிய தருணம் இது. இந்த வினாவிற்கு என்னிடம் உள்ள விடையை நான் இப்போது கொடுத்தே ஆக வேண்டும்' என்று அவன் உள்மனம் உரக்கக் கூவியது.

சரியாக அந்தத் தருணத்தில், கோவிலின் ஓரத்தில் இருந்த ஒரு பெரிய வெண்கல மணியை யாரோ பலமாக அடித்தார்கள். அதன் ஓசை பிரகாரத்தின் சுவர்களில் மோதி எதிரொலித்து அருணின் நரம்புகளைத் தட்டியது. தையல் நாயகியின் நூல் கோர்க்கும் வேளையில், அவளின் அந்த மணியோசையையே ஒரு கட்டளையாக ஏற்றுக்கொண்டது போல, அருண் தன் முழு பலத்தையும் திரட்டி அந்தச் சாவியை மெல்லத் திருப்பினான்.

ஒரு மெல்லிய மின் அதிர்வு போன்ற உணர்வு அவன் உள்ளங்கையில் தொடங்கி, கைகள் வழியாகத் தோள் வரை ஏறியது. தூணின் உட்புறமிருந்து ஒரு நுணுக்கமான 'கிளிக்' சத்தம் கேட்டது. பல தசாப்தங்களாகத் திறக்கப்படாத ஒரு பூட்டு திறக்கப்பட்ட சத்தமாகத் தோன்றியது அவனுக்கு.

அந்தச் சத்தம் கேட்ட அடுத்த நொடி, தூரத்திலிருந்து கவனித்துக் கொண்டிருந்த அந்த மூவரில் ஒருவன் தன் கைக்கடிகாரத்தைப் பார்த்தான். அவன் தன் தோழர்களுக்கு மிகச் சிறிய அளவில் ஒரு சைகை செய்தான். அவர்கள் அருணை ஏறிட்டும் பார்க்கவில்லை; அவனிடம் பேச வரவில்லை. அவர்கள் வந்த வேலை

முடிந்துவிட்டது என்பது போல, மிக நிதானமாகத் திரும்பி பிரகாரத்தின் வாசல் நோக்கி நடக்கத் தொடங்கினர்.

அருண் அந்தத் தூணில் அப்படியே சாய்ந்து கொண்டு அமர்ந்தான். அவன் உடல் தாளமில்லாமல் நடுங்கியது. கோவில் மீண்டும் அதன் நிசப்தத்திற்குத் திரும்பியது. வெளியே நின்றிருந்த கறுப்பு SUV இப்போது மெதுவாக நகரத் தொடங்கும் சத்தம் கேட்டது.

'யார் இவர்கள்? என்னை ஏன் பின்தொடர்ந்தார்கள்?' என்ற பயம் அவனுக்குள் ஒரு பூதமாக விஸ்வரூபம் எடுத்தது. அவர்கள் அவனைத் துரத்திப் பிடித்திருந்தாலோ அல்லது காயப்படுத்தியிருந்தாலோ கூட இவ்வளவு அச்சம் வந்திருக்குமா என்பது சந்தேகம்தான். ஆனால், ஒரு மர்மமான காரியத்தை அவன் செய்யும்போது, அதைத் தூரத்தில் இருந்து கவனித்துவிட்டு, அது முடிந்தவுடன் விலகிச் சென்ற அவர்களின் அந்த அமைதி அவனை நிலை குலையச் செய்தது.

அருண் மெல்லச் சாவியை உருவிக்கொண்டு எழுந்தான். அவன் கைச்சூட்டில் அந்தச் செப்புச் சாவியை இப்போது ஒரு உயிருள்ள பொருளைப் போல மெல்லியதாகத் துடித்துக் கொண்டிருப்பதை அவனால் உணர முடிந்தது. இனி ஒரு விநாடி கூட

இந்தக் கோவிலில் இருப்பது பாதுகாப்பானது அல்ல என்று தோன்றவே, அவன் மச்சு வீட்டை நோக்கி ஓட்டமும் நடையுமாக விரைந்தான்.

34 நிழலின் அடையாளம்

கோவிலிலிருந்து ஓட்டமும் நடையுமாக வந்த அருண் எங்கே பார்த்தாலும் அந்த கறுப்பு SUV இருந்த சுவடே தெரியவில்லை. அந்த வாகனம் அங்கே நின்றதற்கான தடையமோ, டயரின் தடம் கூடவோ தென்படவில்லை. ஒருவேளை தான் கண்டது ஒரு பிரமையோ என்ற சந்தேகம் ஒரு விநாடி அவன் மூளையைத் தட்டியது. ஆனால், தன் சட்டைப் பைக்குள் இருக்கும் அந்தச் செப்புச் சாவியின் கனம் அது உண்மை என்பதை உறுதிப்படுத்தியது. 'நம்மைத் தவறான திட்டத்திற்கு யாராவது பயன்படுத்தி யிருப்பார்களோ?' என்ற சந்தேகம் அவனைத் தின்று கொண்டிருந்தது.

மனம் கொள்ளாத பாரத்துடன் தன் அறைக்குச் சென்றான். அங்கே மேசையில் இருந்த லேப்டாப்பைத் திறந்து, ஏற்கனவே அவன் சேமித்து வைத்திருந்த அவனது தாத்தாவின் பழைய பதிவுகளையும் ரகசியக் குறிப்புகளையும் மீண்டும் ஆராயத் தொடங்கினான். தான் ஏதேனும் ஒரு வரி அல்லது ஒரு குறியீட்டைத் தவறவிட்டிருப்போமா என்று மீண்டும் மீண்டும் வாசித்தான்.

இறுதியாக லாக் ஃபைல்களை மறுபடியும் அலசினான். சில பழைய பதிவுகளின் ஆடியோவை மென்பொருள் மூலம் சீரமைத்து கேட்கத் தொடங்கினான். முதலில் ஆய்வு நாள் 418-ன் குறிப்புகளைத் தேடி எடுத்தான்.

ஆய்வு நாள் 418: "நேற்றிரவு நீர் மட்டம் உயர்ந்த விதம் இயற்கைக்கு மாறானது. ஆனால் இன்று காலையே அது நிலத்தடி அறைகளுக்குள் உள்வாங்கப்பட்டு மறைந்துவிட்டது. இந்தச் சம்பவத்தால் மச்சு வீட்டின் அதிர்வுகள் குளத்தங்கரையுடன் சரியாகப் பொருந்துகிறது. இன்றைய ஆய்வு இந்த ரகசியத்தை அறிவது தான்."

அதிர்ந்தான் அருண். அப்படியென்றால் நேற்று நடந்தது முன்னரும் நடந்திருக்கிறது! நேற்று குளத்தங்கரையில் நீர் மறைந்த அதே விந்தை பல ஆண்டுகளுக்கு முன்பே தாத்தாவால் ஆவணப் படுத்தப்பட்டிருக்கிறது. அருண் உன்னிப்பாக மற்ற லாக் ஃபைல்களையும் தேட ஆரம்பித்தான். அப்போதுதான் ஆய்வு நாள் 420-க்கான கோப்பு அவனிடம் சிக்கியது.

ஆய்வு நாள் 420: தாத்தாவின் குரல் இரைச்சலுக்கு இடையே கேட்டது. "...அன்று சோதனையில் ஒரு பின்னடைவு ஏற்பட்டது. ஆனால் 'அவர்' சரியான நேரத்தில் வந்து உதவவில்லை என்றால் இந்த முயற்சி தோல்வியில் முடிந்திருக்கும். இப்போது இந்தத் தொழில்நுட்பம் ஒரு பாதுகாப்பான கைகளில் இருக்க வேண்டும் என்பதில் நானும் அவரும் உறுதியாக இருக்கிறோம். எனக்குப் பின்னால் அவரே இந்த ரகசியத்தின் நிழலாக இருப்பார்... இனி இந்த லாக் தேவை இல்லை. லைவ் லாக்ஸ் மற்றும் ஃபைல்களாக இந்த முயற்சி மாறும்..."

அருண் அந்த இடத்தை மீண்டும் மீண்டும் கேட்டான். 'அவர்' என்று தாத்தா யாரைக் குறிப்பிடுகிறார்? ஒரு பாதுகாவலராக தாத்தாவுடன் இன்னொரு நபர் ஆரம்பத்திலிருந்தே பயணித்திருக்கிறார் என்பது அவனுக்கு முதல்முறையாகப் பொறி தட்டியது.

நேற்று இங்கே நடந்த தண்ணீர் மிகுதிக்கு அவ்வளவு தூரம் பதற்றப்படாதவர்கள் யார் என்று யோசித்தான். நேற்று சுப்பையா தாத்தா தான் மிகச் சாதாரணமாக இருப்பதை அவனுக்குத் தோன்றியது. அந்த VAO ஏன் சரியாகச் சுப்பையா தாத்தாவைத் தேடி வந்தார்? ஒருவேளை அந்தப்

பாதுகாவலர் சுப்பையா தாத்தா தானோ என்ற சந்தேகம் முதல் முறையாக அவனுக்குத் தோன்றியது.

மெல்ல வெளியே வந்து சுப்பையா தாத்தாவை அவருக்குத் தெரியாமல் கவனித்தான். மேலோட்டமாகப் பார்த்தால் ஏதோ உதவி புரிபவர் போலத் தோன்றினாலும், உண்மையில் இவர் யார்? அன்று தாத்தாவைப் பற்றிச் சுப்பையா தாத்தாவிடம் கேட்டபோது கூறிய அதே பதிலைத் தான் இன்றும் கூறப்போகிறாரோ என்ற எண்ணம் அவனுக்குத் தோன்றியது. தாத்தா அவனைப் பார்த்துப் பேசும்போது பயன்படுத்தும் அந்த மிகுந்த மரியாதை இப்போது அவனுக்கு ஒரு திரையாகத் தோன்றியது.

அருண் மீண்டும் அறைக்குள் வந்து லேப்டாப்பைப் பார்த்தான். தற்போதைய நிலையை அறிய வேண்டுமானால், குளத்தங்கரையின் அந்த நிலத்தடி அறையில் இருக்கும் நேரடி லாக் ஃபைல்களை உடனே பார்த்தாக வேண்டும். அவன் தனது பையை எடுத்துக்கொண்டு, சுப்பையா தாத்தாவின் கண்ணில் படாமல் பின்வாசல் வழியாக வெளியேறினான்.

குளத்தங்கரைத் திரை இந்தத் திரைகளை நீக்குமா?

35 நேரடித் தரவுகள்

இருள் மெல்ல கிராமத்தைத் தழுவத் தொடங்கியிருந்தது. அருண் மூச்சிரைக்க ஓடி வந்தான். இப்போது அவனது முழு கவனமும் குளத்தங்கரை மீதே இருந்தது.

மச்சு வீட்டின் பின்வாசல் வழியாக அவன் வெளியேறியது சுப்பையா தாத்தாவிற்குத் தெரிந்திருக்குமா என்ற கவலை ஒருபுறம் இருந்தாலும், லாக் ஃபைலில் கண்ட ‘லைவ்’ என்ற வார்த்தை அவனை உந்தித்தள்ளியது. அவன் அந்தப் பழைய படித்துறையைத் தாண்டி, அரச மரத்திற்கு அருகில் நீர் கண்ணாடி போல அசையாமல் நிற்கும் அந்தச் சதுர அடி பரப்பை அடைந்தான்.

அவன் கீழே இறங்கி, அந்தச் சேற்றை விலக்கி, அந்தத் தாமரைச் சின்னம் செதுக்கப்பட்ட பித்தளைக் கதவைத் திறந்தான். உள்ளே இருந்த அந்த அரிய படிகத் திரை இப்போது மங்கலான நீல நிறத்தில் தானாகவே ஒளிர்ந்து கொண்டிருந்தது. அந்தப் படிகத் திரையில் சில வரிகள் ஓட ஆரம்பித்தன. அவை தற்போதைய நேரத்தைக் காட்டின.

முன்பு அவன் பார்த்தபோது "Hardware Key missing" என்று சிவப்பு நிறத்தில் எச்சரிக்கை செய்த அந்தத் திரை, இப்போது இல்லை. அப்படியென்றால் அவன் தனது கடைசி முயற்சியையும் முடித்துவிட்டான். ஆனால், அதைச் சரியான காரணத்திற்காகத் தான் செய்தானா என்ற குழப்பம் மட்டும் இன்னும் தீரவில்லை. சிஸ்டம் லாக் கோப்புகளைத் தனது செயல்களுடன் மறுபடியும் ஒத்துப் பார்த்தான்.

System Activation Log – 11:50

Hardware Key Detected: Copper-Alloy Mechanism

Status: Success

Final Sequence Initiated

Security Protocol: ‘Guardian-01’ Active.

அருண் அந்த வரிகளை உற்றுப் பார்த்தான். அவன் கோவிலில் அந்தச் செப்புச் சாவியைத் திருகியபோது ஏற்பட்ட அந்த ‘கிளிக்’ சத்தம், அவன் தேடிக்கொண்டிருந்த அந்த 'Hardware Key'-க்கான இறுதித் தடையை நீக்கியிருக்கிறது. தான் ஒரு பயோலாஜிக்கல் சாவி என்றால், கையில் இருந்த அந்தச் செப்புச் சாவிதான் சிஸ்டம் கேட்ட அந்தப் பிசிகல் சாவி!

ஆனால் அவனைக் குடைந்து கொண்டிருந்த கேள்விக்கு விடை அடுத்த வரியில் இருந்தது.

Access Control: DNA match detected. **Operation authorized by the Heir.**

அருண் ஒரு நீண்ட பெருமூச்சு விட்டான். 'Heir' - வாரிசு. அவன் ஒரு கருவியாகப் பயன்படுத்தப் படவில்லை; மாறாக, அவனது ரத்தத்தினால் மட்டுமே இந்த இயந்திரம் இயக்கப்பட்டிருக்கிறது. அந்த SUV மனிதர்களால் இதை ஒருபோதும் செய்திருக்க முடியாது. அவர்கள் வெறும் சாட்சிகள் மட்டுமே என்பது இப்போது அவனுக்கு நூறு சதவீதம் உறுதியானது. அவன் அந்த லாக் ஃபைலில் இன்னும் பின்னோக்கிச் சென்றான். அங்கே அவனது சந்தேகத்தைத் தீர்க்கும் அந்த முக்கியப் பெயர் இருந்தது.

Manual Maintenance Log – 06:00 AM Checked by: ST-Guardian **Remarks:** All points stable. Ready for final activation.

ST-Guardian.

அருண் யோசித்தான். ST-Guardian என்றால்... ST என்பது சுப்பையா தாத்தா. அவனுக்குள் சொல்ல முடியாத ஒரு உணர்ச்சி பொங்கியது.

அன்று தாத்தாவைப் பற்றிச் சுப்பையா தாத்தாவிடம் கேட்டபோது, "அவர் பெரிய மனுஷன் தம்பி, நாம சொல்றதுக்கு ஒன்னுமில்ல" என்று

ஒதுங்கிய அதே சுப்பையா தாத்தா, இன்று காலை 6 மணிக்கே இங்கு வந்து ஒவ்வொன்றையும் சரிபார்த்திருக்கிறார். அருண் வருவதற்கு முன்பே இந்தத் தளத்தைத் தயார் செய்தது அவர்தான். இத்தனை நாட்களாகத் தான் தேடிய மர்மத்தின் நிழலாக இருந்தவர், தன் பக்கத்திலேயே இருந்திருக்கிறார் என்பதை உணர்ந்தபோது, 'நாம் நமக்கே தெரியாமல் ஏமாற்றப்பட்டோமோ?' என்ற அவமானமும் அவனுக்குள் சேர்ந்து வந்தது.

அவன் அந்தத் திரையை அணைக்கப் போனபோது, திடீரென குளத்தின் நீர்மட்டத்தில் ஒரு சிறிய சலனம் தெரிந்தது. நிலத்தடியில் ஏதோ ஒரு பெரிய இயந்திரம் இயங்கத் தொடங்குவது போன்ற ஒரு மெல்லிய அதிர்வு அவன் காலடியில் பரவியது. அவன் நிமிர்ந்து பார்த்தான். படித்துறையின் ஓரத்தில் ஒரு உருவம் நின்றிருந்தது. அந்த மங்கலான வெளிச்சத்தில் அவர் கையில் இருந்த ஒரு பழைய டார்ச் லைட் அருணின் முகத்தில் விழுந்தது.

"தம்பி... இங்க என்ன பண்றீங்க?"

அந்தக் குரலில் எப்போதும் இருக்கும் அதே நிதானம், அதே மரியாதை. ஆனால் இப்போது அந்த மரியாதைக்குப் பின்னால் இருந்த அந்தப் ‘சூத்திரதாரி’ அருணுக்குத் தெளிவாகத் தெரிந்தான்.

சுப்பையா தாத்தா மெல்லப் படித்துறையில் இறங்கி அருணை நோக்கி வந்தார்.

குளத்தங்கரைத் திரை உண்மையிலேயே எல்லாத் திரைகளையும் நீக்கிவிட்டது.

36 திரையற்ற நிழல்கள்

குளத்தங்கரையில் அந்தப் படிகத் திரையின் நீல ஒளிக்கும், சுப்பையா தாத்தாவின் டார்ச் வெளிச்சத்திற்கும் இடையே அருண் ஒரு புதிய மனிதரைக் கண்டான். அருணின் கண்கள் சுப்பையா தாத்தாவை ஊடுருவின. இத்தனை நாட்களாகத் தன்னை மரியாதையுடன் அழைத்து, காபி போட்டுக்கொடுத்து, ஒரு நிழல் போலப் பாதுகாத்த மனிதர், இந்த மாபெரும் அமைப்பின் நேரடிப் பாதுகாவலர் என்பதை அவனால் செரிக்க முடியவில்லை.

"தாத்தா... இல்ல, எஸ்டி-கார்டியன்! என் தாத்தாவோட ஒவ்வொரு அடியிலும் நீங்க இருந்திருக்கீங்க. ஆனா ஏன் ஒரு சாதாரணச் சமையல்காரரா என்னை எதிர்கொண்டீங்க?" அருணின் குரலில் கோபம் தணிந்து ஒரு தவிப்பு இருந்தது.

சுப்பையா தாத்தா மெல்லப் படித்துறையில் அமர்ந்தார். இரவுப் பறவை ஒன்றின் சத்தம் தூரத்தில் கேட்டது. அவர் மெல்லத் தனது டார்ச் லைட்டை அணைத்தார். நிலவொளி குளத்து நீரில்

பட்டுத் தெறித்து அவர் முகத்தில் ஒரு அமைதியைத் தந்தது.

"உண்மையைச் சொல்லுங்க தாத்தா... ST என்றால் சுப்பையா தாத்தா தானே?" அருணின் குரலில் ஒரு நடுக்கம் இருந்தது.

தாத்தா மெல்லச் சிரித்தார். அந்தச் சிரிப்பில் ஒரு தலைமுறையின் பாரம் இறங்கிய நிம்மதி தெரிந்தது. "ஆமா தம்பி. ஆனா இந்த 'கார்டியன்' பட்டம் எனக்கு உங்க தாத்தா கொடுத்தது இல்ல, இந்த மெஷின் கொடுத்தது. உங்க தாத்தாவோட அந்தப் பழைய லாக் ஃபைல்ல என் பேரை 'ST'ன்னு அவர் சுருக்கமாத்தான் குறிப்பாரு. உங்க தாத்தாவுக்குத் தெரிஞ்ச அந்த சுப்பையா தணிகாசலம், உங்களுக்குச் சுப்பையா தாத்தா. அந்த ஒரே ஒரு 'ST' இப்போ உங்க கண்ணுல பட்டு உண்மையைப் போட்டு உடைச்சிடுச்சு."

"அப்போ இந்தப் ப்ராஜெக்ட் பத்தி உங்களுக்கு எல்லாம் தெரியும் தானே? அப்புறம் எதுக்கு நான்? எதுக்கு இந்த விளையாட்டு?" அருணின் கேள்வியில் ஒரு அவமானமும் ஏமாற்றமும் கலந்திருந்தது. இத்தனை நாட்கள் தான் தனியாகப் போராடியதாக நினைத்தது எல்லாம் ஒரு

திட்டமிடப்பட்ட நகர்வா என்ற வலி அவனுள் இருந்தது.

சுப்பையா தாத்தா நிமிர்ந்து அருணின் கண்களைப் பார்த்தார். "இது விளையாட்டு இல்ல தம்பி, இது ஒரு பாதுகாப்பு ஏற்பாடு. உங்க தாத்தா இறக்கும்போது இந்தக் கிரிட்டோட ரகசியத்தை உங்ககிட்ட ஒப்படைக்கச் சொன்னாரு. ஆனா, ஒரு இன்ஜினியரா மட்டும் இல்லாம, இந்த மண்ணோட தேவையா நீங்க எப்போ இதை உணர்றீங்களோ, அப்போதான் இது உங்களுக்குச் சேரணும்னு அவர் நம்புனாரு. நான் எல்லாத்தையும் சொல்லிக் கொடுத்து நீங்க கத்துக்கிறதுக்கும், நீங்களாத் தேடி இந்த ரகசியத்தோட வாசல்ல நிக்கிறதுக்கும் வித்தியாசம் இருக்கு தம்பி. தேடலில் கிடைக்கிற அறிவு தான் தம்பி நிலைக்கும்."

அருண் ஆச்சரியத்துடன் கேட்டான், "உங்களுக்கு ஹேக்கிங், ஸ்பூஃபிங் இதெல்லாம் தெரியுமா தாத்தா?"

"தெரியும் தம்பி. ஆனா அது எனக்காகப் பழகுனது இல்ல. இந்த ஊரைச் சுத்தி ஒரு 'டிஜிட்டல் திரையை' உருவாக்கத் தான் அதைக் கத்துக்கிட்டேன். உங்க தாத்தா அந்த லேப்ல வேலை செஞ்சப்போ, நான் அவருக்கு வெறும் உதவியாளனா இல்ல, ஒரு மாணவனா இருந்தேன்.

அவர் எனக்குக் கத்துக் கொடுத்தது வெறும் ஒயரிங் இல்ல... இந்த டிஜிட்டல் உலகத்தோட ஓட்டத்தை எப்படித் திசைதிருப்புறது என்கிற வித்தை."

சுப்பையா தாத்தா எழுந்து குளத்தின் நீரைத் தொட்டார். "அந்த SUV ஆட்கள் வர்றப்போ அவங்களோட ஜிபிஎஸ்-ஐ குழப்பறதும், அவங்களுக்குத் தப்பான மேப் காட்டுறதும் எனக்குக் கைவந்த கலை. ஆனா..." தாத்தா இடைவெளி விட்டார். அவர் கண்கள் இப்போது குளம் தாண்டித் தெரிந்த மச்சு வீட்டைப் பார்த்தன.

"ஆனா என்னால் இந்த இயந்திரத்தை உயிர்ப்பிக்க முடியாது தம்பி. இந்த மெஷினுக்கு ஒரு 'தாளம்' இருக்கு. அது உங்க தாத்தாவோட ரத்தத்தோட மட்டும் தான் ஒத்துப்போகும். நான் எவ்வளவு தான் கோடிங் தெரிஞ்சு வச்சிருந்தாலும், அந்தச் செப்புச் சாவியைத் திருப்பினாலும், என் கை பட்டா இந்த மெஷின் ஒரு வெறும் இரும்புப் பெட்டி தான். அதுக்கு உங்க தாத்தாவோட ரத்தமும், அறிவும் வேணும். அதான் நீங்க வேணும்னு உங்க தாத்தா அன்னைக்கே எழுதி வச்சிட்டாரு."

"என் தாத்தா என்ன எழுதி வைச்சார்? ஏன் நீங்களாகவே இதை நடத்தி இருக்கக் கூடாது?" அருணின் விகல்பமற்ற கேள்விக்கு ஒரு ரகசியப்

புன்னகையைப் பதிலாகக் கொடுத்தார் சுப்பையா தாத்தா.

"அவர் எழுதினது ஒரு உயில் இல்லை தம்பி, ஒரு ப்ரோக்ராம். 'வாரிசின் கை பட்டால் ஒழிய அமுதம் திறக்காது'ங்கிறது தான் அந்த லாக்.

“தாத்தா அந்த மெயில், மெசேஜ் எல்லாம் நீங்க தான? ஏன் தாத்தா? அதுவும் சரியா இந்த நேரத்துல?”என்று கேள்விகளை அடுக்கினான் அருண்.

தாத்தா சிரித்தவாறே “நீங்க எழுதின அந்தப் புது ரிசர்ச் பேப்பரை நான் பார்த்தேன். 'எலக்ட்ரோ மேக்னடிக் சிக்னல்ஸ்' பத்தி நீங்க எழுதின அந்த நுணுக்கம், உங்க தாத்தாவோட அதே சிந்தனை. நீங்க தயாரா இருக்கீங்கன்னு எனக்குப் புரிஞ்சுது. அதான் உங்களை இங்க இழுக்க அந்த மின்னஞ்சல்களை அனுப்பினேன். ஒவ்வொன்னையும் நான் கவனிச்சுக்கிட்டு தான் இருந்தேன். இன்னைக்குக் கோவிலுக்கு நீங்க போறதுக்கு முன்னாடியே நான் அங்க போயிட்டு வந்துட்டேன்."

அருண் அப்படியே உறைந்து நின்றான். "அப்போ அந்த SUV ஆட்கள்?"

"அவங்க உங்களைத் தேடி வரல தம்பி, நீங்க ஓபன் பண்ற அந்தச் சிக்னலைத் தேடி வர்றாங்க. நீங்க சாவியைத் திருப்பின அந்த நிமிஷம், அமுதபட்டியோட கிரிட் விழிச்சுக்கிச்சு. இப்போ அவங்களோட ஆக்ட்டிவ் ட்ராக்கர் வேலை செய்ய ஆரம்பிச்சிருக்கும். இன்னும் கொஞ்ச நேரத்துல அவங்க இங்க வரப்பார்க்கலாம். அதுக்குள்ள இந்தத் திரை வழியா மொத்தக் கிரிட்டையும் நீங்க உங்களோட கட்டுப்பாட்டுக்குக் கொண்டு வரணும். இது ஒரு நீண்ட இரவு தம்பி," என்றார் சுப்பையா தாத்தா.

சுப்பையா தாத்தா அவனிடம் ஒரு பழைய தோல் உறையிட்ட நோட்டுப் புத்தகத்தை நீட்டினார். "இதுல உங்க தாத்தா எனக்காக விட்டுட்டுப் போன சில 'மேனுவல் ஸ்பூஃபிங்' லாஜிக்குகள் இருக்கு. உங்க டிஜிட்டல் அறிவையும், இதையும் ஒண்ணா சேர்த்தா... அமுதபட்டி இன்னைக்கு அழியாது."

அந்த நள்ளிரவில், குளக்கரையின் அமைதியில், ஒரு முதிய காப்பாளனும் ஒரு இளம் வாரிசும் அந்த மாபெரும் சக்தியைத் தற்காக்கத் தயாரானார்கள். படிகத் திரையில் 'ACCESS GRANTED: HEIR' என்ற வாசகம் மினுங்கியது.

37 விடியலை நோக்கிய தவம்

குளத்தங்கரையில் காற்று பலமாக வீசத் தொடங்கியது. நள்ளிரவைத் தொட்டுவிட்ட அந்த நேரத்தில், சுப்பையா தாத்தா மெல்ல எழுந்து அருணின் தோளைத் தொட்டார்.

அருண் லேப்டாப்பை மூடிக்கொண்டே கேட்டான், "தாத்தா, இதையெல்லாம் நான் ஏன் பண்ணனும்? இந்த இயந்திரத்தை எதுக்காக நான் உயிர்ப்பிக்கணும்? இது யாருக்காக? அவங்களுக்குத் தேவை இந்தத் தொழில்நுட்பம்னா, ஏன் இன்னும் என்னைத் தாக்கல? என்னை மிரட்டி இதைப் பண்ண வைக்கலாமே?"

சுப்பையா தாத்தா பதில் ஏதும் கூறாமல் மச்சு வீட்டை நோக்கி நடக்கத் தொடங்கினார். அருண் அவர் பின்னாடியே சென்றான். இருளில் அந்த வீடு ஒரு பிரம்மாண்டமான காவல் பூதம் போல நின்றிருந்தது.

மச்சு வீட்டிற்கு வந்ததும் முற்றத்துத் திண்ணையில் அமர்ந்தார் சுப்பையா தாத்தா. அங்கிருந்த மங்கலான விளக்கு வெளிச்சத்தில் அவரது முகம் களைத்துப் போயிருந்தது தெரிந்தது. இருப்பினும், அவரது கண்களில் ஒரு உறுதி மின்னி

மறைந்தது. அருண் அவரை அசுவாசப்படுத்த சிறிது நேரம் கொடுத்துவிட்டு, மறுபடியும் அதே கேள்வியைக் கேட்டான்.

சுப்பையா தாத்தா ஒரு விசித்திரமான சிரிப்பைப் பதிலாகக் கொடுத்தார். அது ஏளனச் சிரிப்பு அல்ல; ஒரு பெரிய உண்மையைத் தனக்குள் வைத்திருப்பவரின் நிம்மதியான சிரிப்பு.

"தம்பி... உங்க தாத்தா ஒரு பெரிய அறிவியலாளர். அவர் நினைச்சிருந்தா இந்தத் தொழில் நுட்பத்தை வெளிநாட்டுக்கு வித்து கோடிக்கணக்குல சம்பாதிச்சிருக்கலாம். ஆனா அவர் இந்த ஊரை விட்டுப் போகலை. ஏன் தெரியுமா? அமுதபட்டி கிராமத்தோட நிலத்தடி நீரோட்டம் ஒரு விசித்திரமானது. இந்தச் சுத்துப்பட்டுல இருக்குற அஞ்சு ஊர்ல இல்லாத ஒரு சக்தி இந்த மண்ணுக்கு அடியில இருக்கு. ஒரு காலத்துல வறட்சியில செத்துக்கிட்டு இருந்த இந்த ஊரை, தன் அறிவால அவர் தான் மீட்டெடுத்தாரு."

சுப்பையா தாத்தா எழுந்து முற்றத்தில் இருந்த அந்தத் தூணைத் தொட்டார்.

"இந்த இயந்திரம் இயங்குறதுனாலதான் அமுதபட்டியோட நீர்மட்டம் குறையாம இருக்கு. ஆனா, உங்க தாத்தா போனதுக்கு அப்புறம், இது

தானாவே ஒரு 'Standby Mode'-க்கு போயிடுச்சு. அந்த SUV-ல வர்றவங்க ஒன்னும் ரௌடிங்க இல்ல தம்பி... அவங்க ஆராய்ச்சியாளர்கள். உங்க தாத்தாகூட வேலை செஞ்ச ஒருத்தன், பணத்துக்காக இந்த ரகசியத்தை அவங்ககிட்ட கசிய விட்டுட்டான். அதான் அவங்க இங்க அலையறாங்க."

தாத்தா அருணை உற்றுப் பார்த்தார். "ஏன் அவங்க உங்களை இன்னும் தாக்கலைனு கேக்குறீங்கள்ள? ஏன்னா, இந்தச் சாவி உங்ககிட்ட மட்டும் இல்ல தம்பி... உங்க ரத்தத்துல இருக்கு. நீங்க பயந்து போயோ இல்ல யாரோ மிரட்டியோ இதைத் தொட்டா, இந்தச் சிஸ்டம் 'Self-destruct' ஆகிடும். தன்னைத்தானே உருக்கி அழிச்சுக்கும். அதான் அவங்க இவ்வளவு பொறுமையா நீங்களா இதை இயக்குற வரைக்கும் காத்துக்கிட்டு இருக்காங்க."

"ஆனா தாத்தா, நான் தான் ஏற்கனவே கோவிலுல அந்தச் சாவியைத் திருப்பிட்டேனே?" அருண் சந்தேகமாகக் கேட்டான்.

"நீங்க சாவியைத் திருப்பினது ஒரு சிக்னல் தான் தம்பி. அந்தச் சாவி இப்போ கிரிட்டை மெல்ல விழிப்படையச் செஞ்சுட்டு இருக்கு. அந்த ப்ராசஸ் முடிஞ்சு, கிரிட் முழுமையான பவருக்கு வந்து 'Stealth Mode'-க்கு மாற இன்னும் கொஞ்ச நேரம் ஆகும். நீங்க சாவியைத் திருப்பின அந்த

நொடியிலிருந்து, கிரிட் முழுமையா லாக் ஆகுற அந்த இடைப்பட்ட நிமிடங்கள் தான் ரொம்ப முக்கியம். அப்போ ஒரு மாபெரும் சிக்னல் வெளியாகும். அந்தச் சமயம் அவங்க தங்களோட ரிசீவர்களை வச்சு அந்த அலைவரிசையைப் பிடிச்சு, சிஸ்டத்துக்குள்ள நுழையப் பார்ப்பாங்க. அவங்க ஜெயிச்சுட்டா, இந்த மொத்த மெஷினும் அவங்க கட்டுப்பாட்டுக்கு போயிடும். அதனாலதான் அந்தச் சிக்னல் எப்போ வரும்னு அவங்க வெளிய காத்துக்கிட்டு இருக்காங்க."

அருண் ஒரு நிமிடம் மௌனமானான். தான் ஒரு ஆராய்ச்சியாளனாக மட்டும் இங்கு வரவில்லை, ஒரு டிஜிட்டல் போரின் நடுவே நிற்கும் 'உயிருள்ள சாவி' என்பதை உணர்ந்தான். அந்தச் சில நிமிடப் போராட்டமே அமுதபட்டியின் தலைவிதியைத் தீர்மானிக்கப் போகிறது.

சுப்பையா தாத்தா மெல்ல எழுந்து உள்ளே சென்றார். போகும் முன் அருணின் தோளை அழுத்திச் சொன்னார், "அந்தத் தகவல் கசியவிட்டவன் பண்ணின தப்பை, நீங்க இன்னைக்குச் சரி பண்ணணும் தம்பி. இந்த மெஷின் முழுசா 'Stealth' மோடுக்கு போயிட்டா, அமுதபட்டி திரும்பவும் பழையபடி அமைதியான

ஊராகிடும். இந்த ரகசியமும் மண்ணுக்குள்ளேயே பாதுகாப்பா இருக்கும்."

அருண் தனது லேப்டாப்பை மீண்டும் திறந்தான். நள்ளிரவின் அமைதியில், அந்தப் பழைய மச்சு வீட்டின் முற்றத்தில், நவீனத் தொழில்நுட்பமும் ஒரு கிராமத்தின் எதிர்காலமும் கைகோர்த்தன.

38 அலைகளின் போர்

மச்சு வீட்டின் முற்றத்தில் நிலவிய அந்த நிசப்தம் அருணுக்கு ஒரு புதிய சவாலை உணர்த்தியது. அவன் லேப்டாப் திரையைப் பார்த்தபோது, 'கிரிட் ஆக்டிவேஷன்' நிலை 60 சதவீதத்தைக் கடந்திருந்தது. நிலத்தடியில் உறங்கிக் கிடந்த அந்த பிரம்மாண்ட இயந்திரம், இப்போது விழித்துக்கொண்டு தனது முழுத் திறனை நோக்கி நகர்கிறது என்பதை அந்தச் சிறு பச்சை நிறக் கோடு காட்டியது.

அருண் தனது மடியில் இருந்த அந்தப் பழைய நோட்டுப் புத்தகத்தைப் புரட்டினான். சுப்பையா தாத்தா வெளிப்படையாகக் கொடுத்த ஒரே தகவல் தான் இந்த நோட்டுப் புத்தகம். அதில் தாத்தா வரைந்திருந்த அந்த அலைவரிசை வரைபடம், ஒரு சிக்கலான வலை போல இருந்தது. முதல் நாள் மச்சு வீட்டிற்குள் நுழைந்து அந்தச் செப்புப் பட்டயத்தைக் கண்டெடுத்தபோது இருந்த அதே திகைப்பு இப்போதும் அவனுக்குள் தொற்றிக்கொண்டது.

சுப்பையா தாத்தா எச்சரித்த அந்த 'Window of Risk' இப்போது நெருங்கிக் கொண்டிருந்தது.

இன்னும் சில நிமிடங்களில் கிரிட் முழுமையான ஆற்றலை எட்டும் போது, அது ஒரு பிரம்மாண்டமான மின்காந்த அலைவரிசையை வெளியிடும். வெளியே காத்திருக்கும் அந்த ஆராய்ச்சியாளர்கள், சரியாக இந்த 'Point of Entry'யில் இயந்திரத்தின் தரவுகளைத் திருடத் தயாராக இருப்பார்கள் என்பது அருணுக்குத் தெரியும்.

அவன் தனது லேப்டாப்பில் ஒரு புதிய ப்ரோக்ராம் எழுதத் தொடங்கினான். அருண் தனது நவீன கோடிங் அறிவையும், அந்த நோட்டுப் புத்தகத்தில் தாத்தா குறித்திருந்த ‘Manual Spoofing’ தர்க்கத்தையும் இணைத்தான். அந்தப் பழைய இயந்திரத்தின் அலைவரிசையைச் சுற்றி ஒரு மெய்நிகர் கவசத்தை உருவாக்கத் தொடங்கினான்.

"இது இன்னொரு Invisible System," எனத் தனக்கே சொல்லிக்கொண்டான். "இன்னும் இரண்டு நிமிடங்கள்..."

ஆராய்ச்சியாளர்கள் குழம்பட்டும் என்று இந்த போலி சிக்னல்களை சரியாக ஒரு நிமிடத்திற்கு முன் அனுப்புமாறு செய்தான். அருண் விசைப்பலகையைத் தட்டியபோது, மச்சு வீட்டின் சுவர்கள் மெல்லிய அதிர்வை வெளிப்படுத்தியது போல அவனுக்குத் தோன்றியது. அன்றொரு நாள்

நிலத்தடி அறையில் எழுந்த அதே மர்மமான ஓசை இப்போது அவனது செவிகளில் எதிரொலித்தது.

அவன் தயாரித்திருந்த அந்த 'Signal Blocking Wrapper' இப்போது முழுவீச்சில் செயல்படத் தொடங்கியது. தனது வேலையைத் தொடங்கினான். அப்படியே ஒரே ஒரு வலுவான சிக்னலை அனுப்பினால் அவர்கள் எளிதாக மோப்பம் பிடித்துவிட்டால் என்ன செய்வது என்று, ஒரே நேரத்தில் நூற்றுக்கணக்கான போலி அலைவரிசைகளை உருவாக்கினான். அதைச் சரிபார்த்துத் தன்னிடம் வருவதற்குள் தன் வேலையை முடிக்க வேண்டும் என்று கடைசி கட்டமாக, தாத்தாவின் அந்த வரைபடத்தில் ரகசியமாகக் குறிக்கப்பட்டிருந்த அந்தச் சூத்திரத்தைச் சரியாக உள்ளீடு செய்தான்.

திரையில் ஒரு அறிவிப்பு மின்னியது: 'GRID REACHING PEAK - STEALTH MODE INITIALIZING'

அருண் லேப்டாப் திரையை உற்றுப் பார்த்தான். அந்த விநாடி, அமுதபட்டியின் நிலத்தடி நரம்புகள் ஒருமுறை பலமாக அதிர்ந்தன. ஆனால், அந்த அதிர்வும் சத்தமும் வெளியே இருக்கும் ஆராய்ச்சியாளர்களுக்கு ஒரு வெறும் இரைச்சலாக மட்டுமே போய்ச் சேர்ந்தது.

ப்ராக்ரஸ் பார் 100 சதவீதத்தைத் தொட்டது. மினுமினுத்துக் கொண்டிருந்த லேப்டாப் திரை திடீரென அமைதியானது. வரைபடத்தில் தெரிந்த அந்தச் சிவப்புப் புள்ளிகள் அனைத்தும் மறைந்து, அமுதபட்டி இப்போது ஒரு வெற்றுத் திரையாக மாறியது. அந்த இயந்திரம் இப்போது 'Stealth Mode'-க்குள் நுழைந்துவிட்டது.

அருண் ஒரு நீண்ட பெருமூச்சு விட்டான். மச்சு வீட்டின் முற்றத்தில் இருந்த அந்த அமைதி இப்போது முன்னைவிட இன்னும் ஆழமாகத் தெரிந்தது. அதிகாலை நிலா இப்போது முற்றத்தின் வேறு பக்கமாக அருண் மீது பொழிந்து அமுதபட்டியை குளிர வைத்தது.

39 விடியலின் ரகசியம்

அதிகாலை 5:30 மணி. அமுதபட்டியின் வானம் மெல்லத் தன் கருநீல நிறத்தை இழந்து, ஒரு பொன்னிற வெளிச்சத்தைப் பூசிக் கொள்ளத் தொடங்கியது. அருண் தனது லேப்டாப்பை மூடிவிட்டு, வீட்டுத் திண்ணையில் அந்த அதிகாலைக் காற்றைச் சுவாசித்தான். இத்தனை நாட்களாக அவனது தோளில் இருந்த ஒரு மாபெரும் பாரம் இப்போது இறங்கியது போன்ற உணர்வு.

சுப்பையா தாத்தா மெல்ல வெளியே வந்தார். அவர் கையில் இரண்டு பித்தளை டம்ளர்களில் சூடான காபி இருந்தது. ஒரு டம்ளரை அருணிடம் நீட்டியவர், திண்ணையின் மறுபுறம் அமர்ந்தார்.

அருண் காபியை உறிஞ்சியபடியே கேட்டான், "தாத்தா, இப்போ அந்த ஆராய்ச்சியாளர்கள் என்ன பண்ணுவாங்க? அவங்ககிட்ட இருக்குற எல்லா டேட்டாவும் இப்போ அழிஞ்சு போயிருக்குமே?"

தாத்தா சிரித்தார். "அவங்க குழம்பிப் போயிருப்பாங்க தம்பி. அமுதபட்டிங்கிற ஒரு ஊரே அவங்க வரைபடத்துல இருந்து மறைஞ்சு போயிருக்கும். அவங்க பார்த்ததெல்லாம் ஒரு கனவுன்னு நினைச்சுட்டுத் திரும்பிப் போயிருவாங்க. ஆனா, நீங்க என்ன பண்ணப்போறீங்க? உங்க கண்டுபிடிப்பை உலகத்துக்குச் சொல்லப்போறீங்களா?"

அருண் ஒரு நிமிடம் யோசித்தான். "இது ஒரு பாதுகாப்பான நிழல் தாத்தா. அமுதம் எப்பவும் ஒரு பாதுகாப்பான நிழலாவே இருக்கட்டும். இந்த நிழல் எந்த சூரியனும் நிலாவும் வந்தாலும் எப்பவும் நிழலாவே இருக்கும்", என்றான் அருண்.

சரியாக அந்த நேரத்தில், வாசலில் ஒரு கார் வந்து நின்றது. அருணின் அப்பா கார் கதவைத் திறந்து கொண்டு உள்ளே வந்தார். வேலையின் நிமித்தமாக வெளியூரில் இருந்தவர், அன்று அருணிடம் போனில் கூறியபடி ஊருக்குத் திரும்பியிருந்தார். அப்பாவைப் பார்த்த சந்தோஷத்தில் அருணின் மனதளவிலான முடிவில் சில மாற்றங்கள் தேவைப்பட்டன.

அவருக்கு இத்தனை நாட்களாக இங்கு நடந்த எவ்வித பதற்றமும், அந்தத் தொழில்நுட்பப் போரும் தெரிய வேண்டாம் என்று நினைத்துக் கொண்டான்.

மாலை வேளை நெருங்கியது. சூரியன் மறையத் தொடங்கியபோது, திண்ணைக்கு கீழே சுப்பையா தாத்தாவால் தேர்ந்தெடுக்கப்பட்ட புதிய வாரிசுகள் அங்கே மெல்லக் கூடத் தொடங்கினர். அதில் சுப்பையா தாத்தாவின் பேரனும் இருந்தான். ஆம், அன்று அருணுக்கு உணவு கொண்டு கொடுத்த அதே சிறு பையன். அவனுடன், அருணுக்கு அன்று உதவிய ஊர் பெரியவர்களின் வாரிசுகளும் இருந்தனர். அடுத்த தலைமுறை உருவாவதைக் கண்டு சுப்பையா தாத்தா மனம் நெகிழ்ந்தார்.

அருண் உருவாக்கிய அந்த டிஜிட்டல் அரணைப் பாதுகாக்க அவர்களுக்குத் தேவையான சில குறியீடுகளை தாத்தாவிடம் இரகசியமாக ஒப்படைத்திருந்தான் அருண். அவர்கள் கிளம்பிய பிறகு சுப்பையா தாத்தாவிடம், "தாத்தா, நான் இன்னும் கொஞ்ச நாள் ஊர்ல அப்பா கூட இருக்கலாமுன்னு இருக்கேன். ஒரு என்ஜினீயரா நான் இத்தனை நாள் இங்க இருந்தது போதும், என்

தாத்தாவுக்குப் பேரனா அவருக்கு முடிக்க வேண்டிய கடமைகளைச் செய்யணும்னு மனசு சொல்லுது. அப்பாவுக்கும் ஒரு நிறைவு கிடைச்ச மாதிரி இருக்கும்," என்று கூறினான்.

சுப்பையா தாத்தாவின் கண்களில் மெல்லிய கண்ணீர் எட்டிப் பார்த்தது. "தாராளமா செய்யுங்க தம்பி, என்ன உதவி வேணும்னாலும் நான் இருக்கேன்," என்று அந்த முதல் நாள் காட்டிய அதே பாசத்துடன் கூறினார். இப்போது பாசத்துடன் ஒரு பிணைப்பும் வந்திருந்தது. அருணும் அவன் அப்பாவும் புதிய மனிதர்களாக அமுதபட்டியை ரசித்து வாழ்ந்தார்கள்.

அருண் கிளம்பும் நாளும் வந்தது. மாலை 6:00 மணி. சுப்பையா தாத்தா அவனை வழியனுப்ப வாசலுக்கு வந்தார். அருண் பின்னாலேயே மச்சு வீடும், அந்தக் குளமும், ரகசியங்களும் மெல்ல மறைந்தன. அமுதபட்டி மீண்டும் ஒரு சாதாரண கிராமமாக மாறியிருந்தது. ஆனால், அதன் நிலத்தடி நரம்புகளில் அருணின் ‘டிஜிட்டல் பல்ஸ்’ இப்போதும் நிழலாக துடித்துக் கொண்டிருக்கிறது. அதற்குச் சாட்சியாக அமுதபட்டி கோவிலின்

கோபுரத்தின் நிழல் மெல்ல நீண்டு, ஊரின் வீதிகள் வழியே மச்சு வீட்டின் முற்றத்தைத் தொட்டது. அந்த **'கோபுரத்தின் நிழல்'** அமுதபட்டியை பத்திரமாய் அரவணைக்க, அருண் தனது பயணத்தைத் துவக்கினான்.

ஆசிரியரின் குறிப்பு

அன்பு வாசகர்களுக்கு,

'கோபுரத்தின் நிழல்கள்' வழியாக அமுதப்பட்டியின் மர்மமான சந்து களிலும், காலத்தால் மறைக்கப்பட்ட மச்சு வீட்டின் ரகசியங்களிலும் என்னோடு பயணித்தமைக்கு நன்றி.

இந்தக் கதையை எழுதத் தொடங்கியபோது, இதிலுள்ள தொழில் நுட்ப மர்மங்களை மிக விரிவாக விளக்க வேண்டும் என்ற எண்ணம் எனக்கிருந்தது. ஆனால், கதை வளர வளர ஒரு உண்மை எனக்குப் புரிந்தது; அறிவியலின் சூத்திரங்களை விட, அந்தத் தேடலில் இருக்கும் உணர்வுகளே முதன்மையானவை. அந்தத் தொழில்நுட்ப ரகசியத்தை முழுமையாக உடைப்பது, கதையின் ஆன்மாவையும் அதன் மர்மத்தையும் நீர்த்துப்போகச் செய்துவிடும் என்று உணர்ந்தேன்.

அருணின் இந்தப் பயணம் வெறும் ஒரு இயந்திரத்தைப் பற்றியதோ அல்லது ஒரு புதிய கண்டுபிடிப்பைப் பற்றியதோ அல்ல. இது **"வேரின் தேடல்"**. நவீன உலகிற்கும், நம் முன்னோர்கள்

விட்டுச் சென்ற அறியப்படாத அறிவிற்கும் இடையே உள்ள அந்த மெல்லிய பாலத்தைத் தேடும் முயற்சி. சில புதிர்கள் விடை தெரியாமல் இருக்கும்போதுதான் அதிக அழகையும், ஆழத்தையும் பெறுகின்றன.

இந்தத் தேடலில், அருண் கண்டடைந்த அந்தத் திகைப்பும், விடை தெரியாத கேள்விகளும் நமக்கும் புதியவை அல்ல. டிஜிட்டல் திரைகளுக்குப் பழகிப்போன நம் கண்களுக்கு, நம் மண்ணின் ஆழத்தில் புதைந்து கிடக்கும் ரகசியங்கள் இன்றும் ஒருவித மர்மமான ஈர்ப்பைத் தருகின்றன. அந்த ஈர்ப்புதான் இந்தக் கதையின் இயக்குவிசை.

நம் மண்ணின் ரகசியங்கள் இன்றும் அறிவியலுக்குப் பிடிபடாத புதிர்களாகவே இருக்கின்றன. இந்தப் படைப்பு உங்கள் மனதில் ஒரு சிறிய சலனத்தையாவது ஏற்படுத்தியிருந்தால், அதுவே எனது வெற்றியாகக் கருதுகிறேன்.

அன்புடன்,

பூர்ணிமா மகாதேவன்

நன்றியுரை

எந்த ஒரு படைப்பும் தனிமனித உழைப்பால் மட்டும் உருவாவதில்லை. இந்தப் புத்தகத்தின் ஒவ்வொரு பக்கத்திற்கும் பின்னால் எனது குடும்பத்தின் மிகப்பெரிய அன்பும் ஊக்கமும் இருக்கிறது.

முதலில், எனது **கணவருக்கு**. நான் கற்பனை உலகில் சஞ்சரித்துக் கொண்டிருந்த நேரங்களில், நிஜ உலகின் பொறுப்புகளைத் தோளில் சுமந்து கொண்டு, எனது எழுத்து ஆர்வத்திற்குத் தடையாக இல்லாமல் ஒரு தூணாக நின்றதற்குப் பெரிய நன்றிகள்.

எனது **குழந்தைகள்**—உங்களின் மழலைகளும் குறும்புகளும்தான் சோர்வான நேரங்களில் எனக்குப் புத்துயிர் ஊட்டின. இந்தப் புத்தகம் உருவாவதற்கு நீங்களும் ஒரு முக்கியமான காரணம்.

எனது **அம்மா**; எனது கனவுகளுக்குச் சிறகு கொடுத்தவர் நீங்கள்தான். உங்களின் ஆசியும் நம்பிக்கையும் இன்றி நான் இன்று ஒரு எழுத்தாளராகப் பயணிக்க முடியாது. மற்றும் எனது **சகோதரிகள்**—நட்பாகவும், விமர்சகர்களாகவும்

இருந்து என்னை எப்போதும் ஊக்கப்படுத்திக் கொண்டே இருப்பதற்கு நன்றி.

இறுதியாக,

எனது **வாசகர்களுக்கு**. எனது எழுத்துக்களின் மீது நீங்கள் காட்டும் அன்பும், தொடர்ச்சியான ஆதரவுமே என்னைச் சோர்வடையாமல் எழுத வைக்கிறது. இந்தப் பயணத்தில் என்னோடு இணைந்திருக்கும் உங்கள் ஒவ்வொருவருக்கும் எனது மனமார்ந்த நன்றிகள்.

www.ingramcontent.com/pod-product-compliance
Lightning Source LLC
LaVergne TN
LVHW040610061026
849523LV00001B/134